# വരത്തേറ്റകൾ

(STORIES)

**VARATHETTAKAL**

by

**Neethu U.V.**

| | |
|---|---|
| First Edition | : May 2025 |
| Prepress Work | : Book Nest Publishing |
| Press Work | : Repro India Ltd |
| Distribution Partner | : Repro India Ltd |
| Cover Design | : Sujith R.S. |
| Published by | : Book Nest Publishing |
| Phone | : +91 94966 49547 \| +91 96561 61635 |
| Email | : booknestpub@gmail.com |
| ISBN | : 978-93-49488-23-6 |




For permissions and inquiries, contact:
Book Nest Publishing
Phone : +91 97785 80700
Email : booknestpub@gmail.com

ISBN 9789349488236

9 789349 488236

Price : ₹ 180.00

# വരത്തേറ്റകൾ

നീതു യു.വി.

ബുക്ക് നെസ്റ്റ്
പബ്ലിഷിംഗ്
തിരുവനന്തപുരം

## നീതു യു.വി.

തിരുവനന്തപുരം വെഞ്ഞാറമൂട് സ്വദേശി. ഒന്നാംവർഷ ബിഎഡ്. വിദ്യാർത്ഥിനി (ഗവൺമെന്റ് കോളേജ് ഓഫ് ടീച്ചർ എഡ്യൂക്കേഷൻ തിരുവനന്തപുരം). ബദൽഹേം പ്രൈമറി സ്കൂൾ, ഗവൺമെന്റ് എൽ.പി.എസ്. മുട്ടയ്ക്കാട്, ഗവൺമെന്റ് എൽ.പി.എസ്. മുടിപ്പുരനട എന്നിവിടങ്ങളിൽ പ്രൈമറി വിദ്യാഭ്യാസം. വെഞ്ഞാറമൂട് ഗേൾസ് ഹയർസെക്കന്ററി സ്കൂളിൽ ഹൈസ്കൂൾ, ഹയർസെക്കന്ററി പഠനം. തിരുവനന്തപുരം ഐ.സി.എ. ഐ. ചാപ്റ്ററിൽ സി.എ. ഫൗണ്ടേഷൻ, ഇന്റർമിഡിയറ്റ്. കേരള സർവകലാശാല കാര്യവട്ടം ക്യാമ്പസിൽ നിന്നും എം.കോം. വിദ്യാഭ്യാസം.

**പ്രസിദ്ധീകരിച്ച കൃതികൾ**

- ചാന്ദ്രതീരം (നോവൽ),
- ഗരളാംഗന (നോവൽ),
- വിഫലമീയാത്ര (കവിതാസമാഹാരം),
- ഉഷ (കഥാസമാഹം),
- Beyond Marks and Mistakes: The Classroom of Life
- Jaakko Hintikka: Revolutionizing the Philosophy of Knowledge
- Economic Disparity and Gender Equality
- (Published in Akshara Kairali Magazine - Kerala Department of Culture) Volume 11,
- Innovate to Elevate: The Entrepreneur's Guide to Thinking Beyond Limits (Kindle)
- The heart of teaching: lessons that last a lifetime (Kindle)


| | |
|---|---|
| പിതാവ് | : വിജയൻ എസ്. |
| മാതാവ് | : ഉഷ എസ്. |
| സഹോദരി | : നിഷ യു.വി. (ജി.വി.എച്ച്.എസ്.എസ്. കൽപ്പകഞ്ചേരി മലപ്പുറം) |
| സഹോദരി ഭർത്താവ് | : സജിത്ത് രാജ് ജെ.സി. (ജി.എം.എൽ.പി.എസ്. വളവന്നൂർ മലപ്പുറം) |
| സഹോദരി പുത്രൻ | : നിരഞ്ജിത്ത് എസ്.എൻ. |
| വിലാസം | : ഉഷഭവൻ, വാറുവിള, വെഞ്ഞാറമൂട് പി. ഒ. തിരുവനന്തപുരം - 695523 |
| ഫോൺ | : 9656161635 |
| മെയിൽ ഐ.ഡി. | : neethuuv2000@gmail.com |

# പ്രസാധകക്കുറിപ്പ്

നീതു യു. വി.യുടെ "വരത്തേറ്റകൾ" ഓരോ വായനക്കാരന്റെയും ഹൃദയത്തോട് ശക്തമായി സംവദിക്കുന്നു. തന്റെ കഥകളിലൂടെ അപൂർവ്വമായൊരു പുതിയ ലോകം വിഭാവനം ചെയ്യാനാണ് എഴുത്തുകാരി ഇവിടെ ശ്രമിക്കുന്നത്. യാഥാർത്ഥ്യവും അയഥാർത്ഥ്യവും കൂടിച്ചേരുന്ന, അനുഭൂതിദായകമായ പതിനാല് കഥകളുടെ സമാഹാരം ബുക്ക് നെസ്റ്റ് ഹൃദയപൂർവ്വം വയനാലോകത്തിലേയ്ക്ക് സമ്മാനിക്കുന്നു.

ബുക്ക് നെസ്റ്റ് പബ്ലിഷിംഗ്

# മാലാഖമാരുടെ കണ്ണുനീർ

- ഡോ. ജോർജ്ജ് ഓണക്കൂർ

കാല്പനികസൗന്ദര്യത്തിന്റെ വർണ്ണങ്ങൾ ആവാഹിക്കുന്ന വാക്കുകൾ, കഥാസന്ദർഭങ്ങൾ, വൈകാരികമുഹൂർത്തങ്ങൾ, അതാണ് നീതു യു.വി.യുടെ "വരത്തേറ്റകൾ." പതിനാല് കഥകളുടെ സമാഹാരം.

പദവിന്യാസങ്ങളിലൂടെ കഥാന്തരീക്ഷം വികസിപ്പിക്കുന്നതിൽ കഥാകാരി പ്രകടിപ്പിക്കുന്ന മികവ് ശ്രദ്ധേയം. ഹിജാബ്, പോരായ്മകളാണല്ലോ എന്റെ അലങ്കാരം, ആണധികാരം, മഗ്ദലീന, പട്ടം, പാർവ്വതി ഒരു ശിലയല്ല, മാലാഖത്തേരിലെ സ്വർണ്ണം, ഷീബ പുറത്താണ് തുടങ്ങിയ കഥകളിൽ നീതുവിന്റെ സർഗ്ഗവൈഭവം പ്രകടം. വ്യവസ്ഥിതിയോടും പുരുഷാധിപത്യത്തോടും പ്രതിഷേധിക്കാൻ ഭാവാത്മക ശൈലി എഴുത്തുകാരിക്ക് തടസ്സമാകുന്നില്ല. മറിച്ച് അതിന്റെ തീവ്രതയേറ്റുകയാണ് ചെയ്യുന്നത്.

ഇവിടത്തെ സമ്പ്രദായം മുട്ടാക്കിട്ട പെണ്ണിനേ മാറ്റാൻ കഴിയൂ. അവൾ ഭംഗിയായി മുട്ടാക്കിടട്ടെ, നൊയമ്പ് പിടിക്കട്ടെ, നിസ്കരിക്കട്ടെ, മദ്രസയിൽ പോട്ടെ, ഒപ്പം പഠിക്കട്ടെ! അവൾ തീരുമാനിക്കട്ടെ, പോർക്ക് ഹറാമാണോ എന്നും ഹിജാബ് തനിക്ക് സ്വാതന്ത്ര്യമാണോ എന്നും. "ഹിജാബ്" എന്ന കഥയിൽ മീര ചിന്തിക്കുന്നു. വീരാനെ പ്രണയിച്ച് മതം മാറിയവളാണ് മീര. അവൾക്ക് മതം സമരസത്തിന്റെയും സമന്വയത്തിന്റെയും പാതയാണ്. മതങ്ങൾക്കതീതമായി മനുഷ്യത്വത്തിൽ ഊന്നിയ ചിന്തയാണ് അവൾക്ക് പഥ്യം. മുട്ടാക്കിനിടയിലും മീര സ്വാതന്ത്ര്യം ആസ്വദിക്കുന്നു.

പുരുഷാധിപത്യത്തിന്റെ കയ്പ്പും വേദനയും അതേകുന്ന ആകുലതയും അനുഭവിക്കുന്ന സ്ത്രീമനസ്സാണ് "ആണധികാര"ത്തിൽ പരിചയപ്പെടുത്തുന്നത്. നായിക എഴുത്തുകാരിയും സംഗീതജ്ഞയുമാണ്. പക്ഷേ, അതിലൊ ന്നും അഭിരമിക്കാൻ അവൾക്ക് അനുവാദമില്ല. ബാങ്കു മാനേജരും മദ്യപനുമായ ഭർത്താവിന്റെ കല്പനയാണ്. അയാളുടെ അസാന്നിധ്യത്തിലാണ് അവൾ വീണമീട്ടുക. അയാൾ ഉറങ്ങിക്കഴിഞ്ഞശേഷം മെഴുകുതിരി കത്തിച്ചുവച്ചാണ്

തന്റെ സർഗ്ഗകാമനകൾ പകർത്തുക. സഹജമായ ഭീരുത്വമാണ് അവളെ അടിമയാക്കിയത്. തന്റെ പ്രേമഭാജനത്തെ തള്ളിക്കളഞ്ഞാവും അവൾ അടിമത്തത്തിന്റെ ചങ്ങല സ്വയം വരിച്ചത്. "ഹിജാബ്" എന്ന കഥയിൽ മീര പ്രകടിപ്പിച്ച ധൈര്യം "ആണധികാര"ത്തിലെ നായികയ്ക്കില്ല എന്നതാണ് അവളുടെ ദുരന്തത്തിനു കാരണമെന്നു കഥകൾ ചേർത്ത് വായിക്കുമ്പോൾ മനസിലാകും. അത് കൂടുതൽ വ്യക്തമാക്കുന്ന കഥയാണ് "പാർവ്വതി ഒരു ശിലയല്ല."

പർവ്വതിക്ക് സുരഭിലമായ ഭൂതകാലമുണ്ടായിരുന്നു. അനുഗൃഹീത നർത്തകി. പ്രശസ്ത. അവൾക്കായി വീട്ടുകാർ കണ്ടെത്തിയത് ശില്പിയായ വിശ്വനെ. അയാളുടെ ശില്പങ്ങളുടെ മോഡൽ പാർവ്വതിയായി. കുറഞ്ഞ കാലം കൊണ്ട് കൂടുതൽ ശില്പങ്ങൾ ചെയ്തുകൂട്ടുന്നതിന്റെ ലോകറിക്കോർഡാണ് അയാളുടെ ലക്ഷ്യം. അതിനു ബലി കൊടുക്കേണ്ടി വന്നത് പാർവ്വതിയുടെ നർത്തനജീവിതം. തന്റെ സ്ത്രീശില്പങ്ങൾക്ക് മോഡൽ എന്നതിലുപരി വിശ്വന്റെ ജീവിതത്തിൽ അവൾക്ക് ഒരു സ്ഥാനവുമില്ല. അയാൾക്ക് തന്റെ ആവിഷ്കാരമാണ് വലുത്. താൻ വച്ച് നീട്ടുന്ന സൗജന്യമെന്ന ഭാവത്തിൽ തന്റെ വംശം നിലനിർത്താൻ പാർവ്വതിയിലേക്ക് തിരിയാൻ തുനിയുമ്പോഴേക്കും വൈകിപ്പോയെന്ന് അയാളെ ബോധ്യപ്പെടുത്താൻ പർവ്വതിക്ക് കഴിയുന്നു. പാർവ്വതി സ്വാതന്ത്ര്യം പ്രഖ്യാപിക്കുന്നു. തന്റെ വഴി തെരഞ്ഞെടുക്കുന്നു.

"ആണിന്റെ സ്വാതന്ത്ര്യം കാണിക്കാൻ ജന്മമെടുത്ത പ്രതിമയല്ല ഒരു പെണ്ണും" എന്ന് പാർവ്വതി ആക്രോശിക്കുമ്പോൾ സ്ത്രീ സ്വയം വിപുലപ്പെടുത്തേണ്ട സ്വാതന്ത്ര്യത്തിന്റെ ചക്രവാളത്തെക്കുറിച്ചുള്ള സന്ദേശമാണ് പകരുന്നത്.

മോചനവാഞ്ഛ ഉള്ളിൽ പേറുന്ന സ്ത്രീകഥാപാത്രങ്ങൾ "മഗ്ദലീന" യിൽ സുലഭം. സ്വർണ്ണരഥത്തിൽ യാത്ര ചെയ്യാൻ ആഗ്രഹിക്കുന്ന പതിനഞ്ചുകാരി അതിലൊരുവൾ. കഥ പറയുന്ന സാരഥിയോടൊപ്പം അവൾ രഥത്തിലേറുന്നത് തന്റെ മരക്കുതിരയോടൊപ്പം. അവൾക്ക് അത് നിശ്ചലമായ കളിപ്പാട്ടമല്ല. അവളുടെ മനോരഥത്തിലെ പങ്കാളിയാണ്. പൂർത്തീകരിക്കാനാവാത്ത സ്വാതന്ത്ര്യേച്ഛയുടെ പ്രതീകമാണത്. അവളുടെ സാന്നിദ്ധ്യം സാരഥിയുടെ വീക്ഷണത്തിലും അനുഭൂതിയിലും മാറ്റങ്ങൾ സൃഷ്ടിക്കുന്നു. കാണുന്നതിനും അനുഭവിക്കുന്നതിനും എല്ലാം പുതിയ മാനങ്ങൾ. നിർമ്മലവും നിഷ്കളങ്കവുമായ സ്ത്രീത്വത്തിന് എതിർലിംഗത്തിന്റെ ചോദനകളെ എത്രമേൽ വിമലീകരിക്കാനും ഭാവാത്മകമാക്കാനു മാകുമെന്ന് ഈ കഥ വെളിപ്പെടുത്തുന്നു. പരസ്പരബഹുമാനവും പരിഗണനയുമാണ് അതിന്റെ അടിസ്ഥാന ഘടകമെന്നും വ്യംഗ്യമായി സൂചിപ്പിക്കുന്നു.

അമ്മയും മകനും തമ്മിലുള്ള വിചിത്രമായ ബന്ധത്തിന്റെ നീറുന്ന ആഖ്യാനവുമാണ് "മഗ്ദലീന". കഥാന്തരീക്ഷവും ഭൂമികയും ഫ്ലോറൻസാണ്. അമ്മയുടെ നഗ്നചിത്രം രചിച്ച് വലിയ വിലയ്ക്ക് വിൽക്കുന്ന മകൻ. അതിന്റെ കുറ്റബോധത്തിൽ മദ്യപനും വരയ്ക്കാൻ കഴിയാത്തവനുമായി മാറുന്ന അയാൾ. ഈ കഥ വായിച്ചു തീർക്കുമ്പോൾ ഒരു അമ്മയുടെയും മകന്റെയും ജീവിതം കഥയിൽപ്പോലും ഇത്തരത്തിലായിത്തീരരുതെന്ന് പ്രാർത്ഥിച്ചുപോകും. പണവും ലഹരിയും പ്രശസ്തിയോടുള്ള അഭിവാഞ്ഛയും എല്ലാം കൂടിക്കലർന്ന മലീമസമായ ലോകത്തുനിന്ന് മാതൃത്വം പടിയിറങ്ങിപ്പോകുമ്പോൾ എത്ര ഉന്നതമായ സാംസ്കാരികപാരമ്പര്യം അവകാശപ്പെടുന്ന സമൂഹത്തിലും സ്ത്രീത്വത്തിന്റെ അടിസ്ഥാനമോചനം അന്നും ഇന്നും മരണത്തിലൂടെ മാത്രമേ സാദ്ധ്യമാകൂ എന്ന് ഓർമ്മപ്പെടുത്തുന്നു എഴുത്തുകാരി.

ചവിട്ടിയമർത്തപ്പെട്ട സ്ത്രീത്വത്തിന്റെ വ്യാകുലതകൾ തന്റെ കഥകൾക്ക് വിഷയമാക്കുന്ന നീതു യു.വി. പെൺബോധത്തെ സ്വയം പരിശോധിക്കാൻ പ്രേരിപ്പിക്കുന്നു. പുരുഷനിൽ അനുഭൂതിയുടെ നാമ്പുകൾ ഉരുവം കൊള്ളുവാനും അത് ആസ്വദിക്കാനും സ്ത്രീയുടെ അനിഷേധ്യമായ ഭാഗധേയം പേർത്തുംപേർത്തും ഓർമ്മപ്പെടുത്തുന്നു. സ്ത്രീ അവളുടെ ശക്തി സ്വയം തിരിച്ചറിയാൻ ആഹ്വാനം ചെയ്യുന്നു.

താരതമ്യേന പുതിയ എഴുത്തുകാരിയാണ് നീതു യു.വി. തലമുറകളുടെ ഇളപ്പം മാത്രമല്ല, കഥാസാഹിത്യത്തിൽ നവീനമായ അവബോധത്തിന്റെ സൃഷ്ടികർത്താവ് എന്ന നിലയിൽക്കൂടി ഈ നവശബ്ദം ശ്രദ്ധാർഹം. സ്ത്രീയുടെ സ്വാതന്ത്ര്യവും അവഗണനകൾക്കെതിരെയുള്ള പോരാട്ടവും വർത്തമാനകഥകളിലെ ശക്തവും സാധാരണവുമായ പ്രമേയമാണ്. എന്നാൽ നീതുവിന്റെ കഥകൾക്ക് അതിലുപരി ഒരു മാനമുണ്ട്. അത് കാലികമായ പ്രതിരോധം എന്നതിലപ്പുറം സ്ത്രീമനസ്സിന്റെ യഥാർത്ഥ ശക്തിയും ചൈതന്യവും പ്രസരിപ്പിക്കുന്ന അപൂർവ്വമായ പ്രമേയങ്ങളുടെ ആവിഷ്കാരമാണ്. മലയാള കഥയെ മൗലികധാരകളിലൂടെ മുന്നോട്ടു നയിക്കുന്ന എഴുത്തുകാരികളുടെ കൂട്ടത്തിൽ, മുൻനിരയിൽ നീതുവും ഉണ്ടാകും എന്നതിൽ സന്ദേഹമില്ല.

സുദർശന
നാലാഞ്ചിറ
തിരുവനന്തപുരം 15
സെപ്റ്റംബർ 19, 2022

സൂര്യൻ നടന്നുപോയ വഴികളെല്ലാം
ഞാൻ തിരഞ്ഞു. ഏറ്റവും കൂടുതൽ
വെളിച്ചം എവിടെയാണെന്നറിയാൻ.
ഒടുവിൽ സൂര്യൻ തന്നെ പറഞ്ഞു:
"ഏറ്റവും വലിയ വെളിച്ചം രാവാണ്.
ഏറ്റവും വലിയ സത്യവും അത് തന്നെ.
രാത്രികളിൽ നക്ഷത്രങ്ങളും ചന്ദ്രനും
വെളിച്ചം നൽകുന്നത് മനുഷ്യർ
ഇരുളാണ്ടുപോകാതിരിക്കാൻ
വേണ്ടി മാത്രമാണ്."

നീതു യു.വി.

# കഥാവാതിൽ

# പോരായ്മകൾ അല്ലേ, എന്റെ അലങ്കാരം!

അധ്യാപികയായ ഭാര്യയെ സ്കൂളിന്ന മുന്നിൽ ഇറക്കിവിട്ട് വൈകിട്ട് വരാമെന്ന് പറഞ്ഞ് ബൈക്ക് സ്റ്റാർട്ട് ചെയ്ത് പോകുന്നതുവരെയും അതിനുശേഷവും അവൾ എന്നെത്തന്നെ നോക്കുന്നുണ്ടെന്ന് എനിക്ക് മനസ്സിലായി. ബസ്സ്റ്റോപ്പിനെതിരെയുള്ള ഒരു കടയുടെ മുന്നിൽ ആരെയൊ പ്രതീക്ഷിച്ച മട്ടിലാണ് അവളുടെ നിൽപ്പ്. പിന്നിലേയ്ക്ക് ചീകിയൊതുക്കിയ അഴിഞ്ഞുകിടക്കുന്ന അവളുടെ തലമുടിയും വടിവൊത്ത ആകാരഭംഗിയും തോളിലേയ്ക്ക് പിടിച്ചിട്ടിരിക്കുന്ന മനോഹരമായ ഹാൻഡ് ബാഗും പിന്നെ സിൽക്ക് സാരിയിൽ പ്രകടമാകുന്ന മാദകത്വവും വെളുത്ത നിറവും മറ്റുള്ളവരെയും എന്നപോലെ എന്നെയും അവളിലേയ്ക്ക് ആകർഷിച്ചു. ബസ്സ്റ്റോപ്പിൽ തടിച്ചു കൂടി നിൽക്കുന്ന വരെ പിന്നിലാക്കി കാലിസീറ്റോടെ കടന്നുപോകുന്ന ബസ്സും പതിവുപോലെ അവൾക്കുമുമ്പിൽ ചവിട്ടിനിർത്തുന്നു. തുടർന്ന് ഗദ്ഗദം നിറഞ്ഞ കിതപ്പോടെ അത് മുന്നോട്ട് പതുക്കെ ചലിക്കുന്നു.

ബൈക്കിന്റെ മിററിലൂടെ എനിക്കവളെ കാണാമായിരുന്നു. എനിക്ക് മുന്നേപായുന്ന അവളുടെ കണ്ണുകളെ കൗതുകത്തോടെ ഞാൻ നോക്കിക്കണ്ടു. പണ്ടെപ്പൊഴൊ തോന്നിയിട്ടുള്ള അതേ കൗതുകം!

വൈകിട്ട് ഓഫീസിൽനിന്നും തിരിച്ചുവരുമ്പോൾ എനിക്ക് ചുറ്റുമുള്ള കാറ്റിൽ തങ്ങിനിന്നിരുന്നത് അവൾ പൂശിയിരുന്ന പെർഫ്യൂമിന്റെ സുഗന്ധമായിരുന്നു. സ്കൂൾകെട്ടിടത്തിന്ന മുന്നിൽ കാത്തുനിന്ന എന്റെ തോളിൽ തട്ടി:

"ചേട്ടാ പോകാം"

എന്നു പറഞ്ഞ് ഭാര്യ വിളിക്കുമ്പോഴാണ് ഞാൻ പരിസര ബോധിയാകുന്നതെന്ന് പറഞ്ഞാലും തെറ്റില്ല. എന്റെ പുറകിൽ ഇരുന്നു വായ്തോരാതെ സ്കൂൾ വിശേഷങ്ങൾ അവൾ പറയു മ്പോഴും അവളുടെ മുഖത്തും കൈകളിലുമായി ഈയിടെയായി കണ്ടുതുടങ്ങിയ ചുളിവിൽ അവളുടെ ലാവണ്യഭംഗം ഞാൻ തിരിച്ചറിഞ്ഞു.

വീട്ടിലെത്തിയ ഉടനെ പതിവില്ലാതെ കട്ടിലിലേയ്ക്ക് വീണ എന്നെ അവൾ തികഞ്ഞവാത്സല്യത്തോടെ തലോടി ക്കൊണ്ട് ചോദിച്ചു:

"എന്തേ, എന്തുപറ്റി? രണ്ടുദിവസമായി ഒരുവല്ലായ്ക? എന്തുണ്ടെങ്കിലും എന്നോട് പറയ്."

ഞാൻ പോലും എന്റെ മാറ്റത്തിൽ ഒരുവട്ടം ഭയന്നു. എനിക്ക് എന്താണ് സംഭവിച്ചത്? ഭാര്യയുടെ സ്പർശനത്തിൽ ഒരു ചെറിയകുട്ടിയെപ്പോലെ എന്തു സങ്കടവും തുറന്നു പറഞ്ഞു പോകുന്ന എനിക്ക് ഇതാദ്യമായി ഒന്നൊറ്റയ്ക്കിരിക്കാൻ തോന്നി. ഇവളുടെ കണ്ണീരിടത്തിലെ കറുത്തപാടും സീമന്തരേഖയിൽ കണ്ട രണ്ടുമൂന്നു വെളുത്തനാരും കണ്ട് ഞാനറിയാതെ പറഞ്ഞുപോയി.

"കാഴ്ചയിൽ അവൾ ഇതിലും ചെറുപ്പമാണ്."

അവ്യക്തമായി എന്തോ കേട്ടപോലെ എന്റെ ഭാര്യ എനിക്ക് നേരെ തലയുയർത്തിയപ്പോൾ ഞാൻ പറഞ്ഞു:

"അന്ന് നിന്റെ തലമുടി മുറിക്കണ്ടായിരുന്നല്ലേ?"

മുഖത്തൊരു ചിരിവരുത്തി അവൾ തന്റെ അഴിഞ്ഞു കിടന്ന തലമുടി കെട്ടിവയ്ക്കാൻ പ്രയാസപ്പെട്ടുകൊണ്ട് പറഞ്ഞു:

"പോരായ്മകൾ അല്ലേ... എന്റെ അലങ്കാരം!"

സ്ഥിരമായി ഞാൻ ഇവളോട് പറയാറുള്ള അതേ വാചകം ഈ അവസരത്തിൽ കടമെടുത്തു പറയുമെന്ന് ഞാൻ ഒട്ടും പ്രതീക്ഷിച്ചില്ല. ക്യാൻസർ രോഗികൾക്ക് മുടിമുറിച്ചു നൽകാനുള്ള താല്പര്യത്തിന് സമ്മതം മൂളുന്ന ഒരു വേളയിലാണ് ഞാനീ അലങ്കാരവാക്യം അവസാനമായി ഇവളോട് പറഞ്ഞത്. പക്ഷേ, ഇപ്പോൾ ഞാൻ അതിൽ ഒരു തിരുത്ത് വരുത്തി.

"എങ്കിലും... നിനക്കും ആഗ്രഹം ഉണ്ടാകില്ലേ... പടർന്നുകിടക്കുന്ന തലമുടി വേണമെന്ന്?"

അവളുടെ മൗനം എനിക്ക് അവളിലുണ്ടാകുന്ന അകൽച്ച വെളിവാക്കിത്തന്നു.

പിറ്റേന്ന് സ്കൂളിലെത്തിയപ്പോൾ കടയുടെ മുന്നിൽ ഓടിക്കളിച്ച എന്റെ കണ്ണുകൾ ഭാര്യയുടെ നിറഞ്ഞപുഞ്ചിരി കാണാതെനിന്നു. കടയുടെ മുന്നിൽ സിൽക്ക് സാരിയുടുത്ത് അവൾ നിൽപ്പുണ്ടായിരുന്നില്ല. എന്നിൽ നിരാശ പടർന്നു പിടിച്ചു. പെട്ടെന്ന് ഒരു മുരടനക്കം കേട്ടാണ് ഞാൻ പിന്നിലേയ്ക്ക് തിരിഞ്ഞുനോക്കിയത്.

ഒരുനിമിഷം ഞാൻ അനങ്ങാതെ നിന്നുപോയി. കൈകാലുകൾ വിറകൊണ്ടുമൂടി. തേടിയവള്ളി കാലിൽ ചുറ്റിയതുപോലെ അവൾ പിന്നിൽ

വന്നുനിൽക്കുന്നു. അവളുടെ മുന്നിൽ എന്റെ ശരീരം മുമ്പത്തെക്കാൾ അധികം വിയർക്കുന്നുണ്ടായിരുന്നു. ലോ കോളേജിൽ പഠിക്കുമ്പോഴും പഠിച്ചിറങ്ങുമ്പോഴും അവൾ ഇത് എന്നോട് പറയുമായിരുന്നു:

"നമ്മൾ... നമുക്ക് വേണ്ടി പിറന്നവർ!"

ഒടുവിൽ ജീവിതം ഗതിമുട്ടിയപ്പോൾ പ്രണയം നിരസിച്ച് അവൾ മദ്രാസിലേയ്ക്ക് കടന്നുകളഞ്ഞു. ഇനി പരസ്പരം നേരിൽ കാണുമെന്ന് പ്രതീക്ഷിച്ചതല്ല. ഈയിടെ കണ്ടുമുട്ടിയ സുഹൃത്തിൽനിന്ന് കുടുംബവുമായി അവൾ ഇവിടെ താമസിക്കുന്നുവെന്ന് അറിഞ്ഞു. എന്നിട്ടും, പഴയ കാമുകിയെ നേരിൽ കാണണമെന്ന തോന്നിയില്ല, ലാഘവത്തോടെ അവൾ എന്നെ ഒഴിവാക്കി കടന്നുകളഞ്ഞതിന്റെ ഉദ്ദേശ്യം അറിയണമെന്നുണ്ടായിരുന്നെ ങ്കിൽപോലും! അങ്ങനെയിരിക്കുമ്പോഴാണ് വർഷങ്ങൾക്കുശേഷം എനിക്ക് മുന്നിൽ വന്നുനിൽക്കുന്നത്. അവളെ കണ്ടപ്പോൾ എന്റെ ധൈര്യം ചോർന്നു പോയി.

"പെണ്ണുങ്ങൾ മന്ത്രവാദിനികൾ തന്നെ."

പണ്ട് ഞാൻ ഇവളോട് പറഞ്ഞിട്ടുള്ള പൊടിപിടിച്ച വാചകം നിലയില്ലാതെ വീണ്ടും എന്നിലേയ്ക്ക് വന്നടിച്ചു. എല്ലാപെണ്ണുങ്ങളും മന്ത്രവാദിനികൾ അല്ലെന്ന് വിവാഹ ശേഷം എനിക്ക് ബോധ്യമായതുമാണ്. എന്നിട്ടും ഇവളുടെ സൗന്ദര്യത്തിനു പിന്നാലെ നിയന്ത്രണം വിട്ട് പായുന്ന എന്റെ മനസ്സിന്റെ ചപലതയെ മനുഷ്യപരിണാമത്തിന്റെ മറയ്ക്കുള്ളിൽ സ്വാഭാവികവത്കരിക്കാൻ ഞാൻ ആശിച്ചു.

"ശ്യാം..."

വർഷങ്ങൾക്ക് ശേഷവും അവളുടെ ശബ്ദത്തിന്റെ വശ്യത തെല്ല് മാറിയിട്ടില്ലെന്ന് ഞാൻ ഞെട്ടലോടെ ഓർത്തു. കൂടെ എന്റെ പേരും അവൾ ഓർത്തിരിക്കുന്നു.

"സുഖമല്ലേ?"

ഒട്ടും ചിന്തിക്കാതെയാണ് ഞാൻ ചോദിച്ചുപോയത്. അവളുടെ പ്രതികരണവും പതിവ് ശൈലിയിൽ തന്നെ!

"നീ ആള് മാറിയിട്ടില്ലല്ലോ ശ്യാം."

മാറിയത് നീയല്ലേ എന്ന് ചോദിക്കാൻ വന്നതാണ്. എന്നാൽ ഞാനത് മനഃപൂർവ്വം വിഴുങ്ങി. എന്റെ കണ്ണുകൾ അവളുടെ കണ്ണിന്റെ വഴുക്കലിൽ പ്പെട്ട് ഉരുണ്ടുനിലത്തു വീണു. കാഴ്ച മങ്ങി.

"ശ്യാം, എനിക്ക് നിന്നോട് സംസാരിക്കണം."

അവൾ എന്റെ മുഖത്ത് നോക്കി പറഞ്ഞു.

"നാളെ നീ എനിക്ക് വേണ്ടി ഫ്രീ ആകുമോ?"

പെട്ടെന്നായിരുന്ന എന്റെ ഉത്തരം:

"അതിനെന്താ. ആകാം."

അതേ, അവൾ പറഞ്ഞത് വളരെ ശരിയാണ്. ഞാൻ ഒട്ടും മാറിയിട്ടില്ല. അല്ലെങ്കിൽ പിന്നെയും കണ്ടുമുട്ടാനുള്ള അവസരം ഞാനായി സൃഷ്ടിക്കേണ്ടതുണ്ടോ? എനിക്ക് എന്നെപ്പറ്റിയോർത്ത് പുച്ഛം തോന്നി. എനിക്കവൾ വെറും കാമുകി മാത്രമായിരുന്നില്ല. ശരീരത്തിനപ്പുറം അവളുടെ മനസ്സിന്റെ സാമീപ്യം ഒരുപാട് കൊതിച്ചവനാണ് ഞാൻ. ഒടുവിൽ അവൾ തുറന്നുപറഞ്ഞ ഇഷ്ടം സ്വയം തിരുത്തുകയും ചെയ്തു. അവൾക്ക് പേടിയാണത്രേ! പ്രണയിക്കുമ്പോൾ ഇല്ലാതിരുന്ന പേടി എന്റെ കൂടെ ജീവിക്കാൻ അവൾക്കുണ്ടായി. പ്രണയിക്കുമ്പോൾ ഇല്ലാതിരുന്ന വീട്ടുകാരുടെ സ്നേഹം അവൾക്ക് എന്നെക്കാൾ വിലപ്പെട്ടതായി മാറി. എന്നിട്ടും ഞാൻ അവളെ വെറുത്തില്ല.

ഞങ്ങളുടെ അവസാന കൂടിക്കാഴ്ചയിലും തീരുമാനമെടുക്കേണ്ട സ്വാതന്ത്ര്യം ഞാൻ അവൾക്ക് തന്നെ വിട്ടുകൊടുക്കുകയും ചെയ്തു. ദേ ഇപ്പോഴും... വർഷങ്ങൾക്ക് ശേഷമുള്ള കണ്ടുമുട്ടലിനൊടുവിലും എനിക്ക് അവളുടെ വാക്യമാണ് വേദവാക്യം. അന്ന് അവൾ എന്നെ ഉപേക്ഷിച്ച് പോകുമ്പോഴും മനസ്സിൽ നിറയെ അവളോടുള്ള സ്നേഹമായിരുന്നു.

സുഖക്കേടുകാരിയായ അമ്മയ്ക്കുവേണ്ടിയാണ് മറ്റൊരാളെ വിവാഹം കഴിക്കാൻ നിർബന്ധിക്കപ്പെട്ടതെങ്കിലും പതുക്കെപ്പതുക്കെ ഞാൻ വിവാഹ ജീവിതവുമായി പൊരുത്തപ്പെടുകയായിരുന്നു. ഒടുവിൽ എന്റെ ഭാര്യ ഏറ്റവും പ്രിയപ്പെട്ടവളായി എന്നിലേക്ക് അടുക്കുകയും ചെയ്തു. അപ്പോഴാണ് മനസ്സിന്റെ കോണിൽ ചത്തുകിടന്ന പലതും ജീവൻവച്ച് എഴുന്നുവരുന്നത്. എന്തൊരു മാസ്മരികമാണ് വിധിയുടെ കണക്ക് പുസ്തകം!

നാളെ തമ്മിൽ കാണാമെന്ന് പറഞ്ഞ് അവൾ ഉടൻ തന്നെ അവിടം വിട്ടു. ഞാനൊന്ന് നെടുവീർപ്പിട്ടു.

അന്ന് രാത്രിയിൽ ഞാൻ എന്റെ ഭാര്യയോട് കലഹിക്കാൻ കാരണങ്ങൾ തിരഞ്ഞു. നിർഭാഗ്യമെന്നു പറയട്ടെ, ഞാനപ്പോൾ അവളോട് പറഞ്ഞത് ഒരിക്കലും പറയാൻ പാടില്ലാത്ത അവളുടെ ദൗർബല്യമാണ്. ഭാര്യയെ സ്നേഹിക്കുന്ന ഒരു ഭർത്താവും തന്റെ ഭാര്യയോട് പറയാൻ പാടില്ലാത്തതാണ്.

"അമ്മയായില്ലെങ്കിലും നിനക്ക് ഞാൻ മകനല്ലേ" എന്ന് എത്ര തവണ ഞാൻ അവളോട് പറഞ്ഞിട്ടുണ്ടെന്ന് എനിക്കറിയില്ല. അങ്ങനെ എത്രയോ തവണ ഞാൻ അവളുടെ കണ്ണുനീരൊപ്പിയിരിക്കുന്നു. വർഷങ്ങൾക്കിപ്പുറം അവൾ അത് ഓർത്തിട്ടുകൂടി ഉണ്ടായിരുന്നില്ല. ഞാനിന്നത് അവളെ ബോധപൂർവ്വം ഓർമ്മിപ്പിച്ചിരിക്കുന്നു. സർവ്വദൈവങ്ങളെയും ശപിച്ച നിമിഷം. തളർന്നുപോയ അവളെ ഞാൻ താങ്ങി. മൗനങ്ങൾക്കിടയിൽ എന്നോ അവൾ പറഞ്ഞു മറന്നുപോയ വാചകം ഞങ്ങൾക്കു ചുറ്റിലും നിന്നുതുള്ളി.

"ഒരു കുഞ്ഞിനെ പ്രസവിക്കാൻ കഴിയാത്ത എന്നെ ചേട്ടൻ ഉപേക്ഷിക്കണം."

അന്നു ഞാൻ ഭാര്യയോട് പറഞ്ഞിട്ടുണ്ടാകാൻ സാധ്യതയുള്ള സാന്ത്വന വാക്കുകൾ നിങ്ങൾക്കൂഹിക്കാൻ കഴിയും.

പിറ്റേന്ന് അവൾ പറഞ്ഞിടത്തുവച്ച് ഞങ്ങൾ പരസ്പരം കണ്ടു. പഴയ കാമുകിയുമൊത്തുള്ള ഈ കൂടിക്കാഴ്ച എന്തുകൊണ്ടോ ഭാര്യയോട് പറയാൻ തോന്നിയില്ല. പറഞ്ഞിരു ന്നെങ്കിലും ഞങ്ങളുടെ കൂടിക്കാഴ്ചയെ അവൾ പ്രോത്സാഹിപ്പിക്കുക മാത്രമെ ചെയ്യുമായിരുന്നുള്ളൂ. എന്നാൽ ഭാര്യയ്ക്കു മുന്നേ മറ്റൊരു പ്രണയം ഉണ്ടായിട്ടില്ലെന്ന് അനാവശ്യമായി പറഞ്ഞ് അവൾക്ക് മുന്നിൽ ആളായതല്ലേ താൻ! ഇനിയത് അങ്ങനെ തന്നെ ഇരിക്കട്ടെ എന്നു കരുതി. കഫ്റ്റേരിയയിൽ ഇരുന്ന് അവൾക്ക് പറയാനുള്ളതെല്ലാം അവൾ വിളമ്പി. അതിൽ അവൾ ഒരിക്കലും അനുഭവിച്ചിരിക്കാൻ ഇടയില്ലാത്ത പെണ്ണിന്റെ അസ്വാതന്ത്ര്യങ്ങൾ ഉണ്ടായിരുന്നു. പഴയ കാമുകിയോടൊപ്പം ഇരിക്കുമ്പോൾ തന്റെ ഭാര്യ ഇവളെക്കാൾ എത്രയോ ഉയരത്തിലാണെന്ന് എനിക്ക് പലതവണ തോന്നി. ചട്ടയണിഞ്ഞ പാമ്പിന്റെ ഉടലഴക് മാത്രമെ എനിക്ക് ഇവളിൽ കാണാൻ കഴിഞ്ഞുള്ളൂ!

എന്നിട്ടും അവളുടെ സംഭാഷണം കോഫി ഷോപ്പിനുള്ളിൽ മാത്രമായി ഒതുങ്ങിയില്ല.

"നമുക്ക് പണ്ടത്തെപ്പോലെ ഒരു റൈഡ് പോയാലോ?"

പൂർണ്ണതൃപ്തിയോടെയല്ലെങ്കിലും ഞാനത് സമ്മതിച്ചു.

അന്ന് എന്റെ പിറന്നാൾ ദിവസം കൂടിയായിരുന്നു. എല്ലാത്തവണയും ഭാര്യയുടെ സമ്മാനത്തിനായിതെല്ലാ കാംക്ഷയോടെ കാത്തിരുന്നിരുന്ന ഞാൻ അന്ന് അക്കാര്യം മറന്നുപോയി. അതിനു തലേദിവസം അവൾ ആവർത്തിച്ചു പറഞ്ഞ ഏപ്രിൽ ഒന്ന് എന്റെ പിറന്നാളായിരുന്നുവെന്ന്

അതിനൊക്കെ ശേഷം ഞാൻ സ്ഥിരമായി ഓർക്കുകയും ചെയ്തു.

എന്തായിരുന്നിരിക്കും അവൾ അന്ന് എനിക്കായി കരുതിയ പിറന്നാൾ സമ്മാനം? ഞാനും അത് ഒന്നോർത്തെടുക്കുകയാണ്.

വൈകിട്ട് വീട്ടിലേയ്ക്ക് വന്ന എന്റെ ഭാര്യ കാളിങ് ബെല്ലിന്റെ ഒച്ച നിലച്ചിരിക്കുകയാണെന്ന് ഓർക്കാതെയാ കണം അതിൽ ഒന്നമർത്തി ഞെക്കിയത്. ഓഫീസിൽ നിന്ന് ഞാനന്ന് നേരത്തെവരുമെന്ന് അവളെ അറിയിച്ചിരുന്നു. മുറ്റത്ത് കിടന്ന എന്റെ ചെരുപ്പ് കണ്ട് അവൾ സന്തോഷി ച്ചിട്ടുണ്ടാകണം. എനിക്കുള്ള സമ്മാനവുമായാണ് അവൾ വന്നത്. എല്ലാ ത്തവണയും അവൾ അത് തരുന്ന സമയം എന്നെത്തന്നെ നോക്കി നിൽക്കും. ആ സമ്മാനത്തിന്റെ മറുസമ്മാനം പ്രതീക്ഷിച്ച് നിൽക്കുന്ന അവളുടെ കണ്ണുകളുടെ ചടുലത ഇന്നലത്തേതെന്നപോലെ ഞാൻ ഓർക്കുന്നു.

വാതിൽ ചാരിക്കിടക്കുവായിരുന്നു. തോളിലെ ഹാൻഡ് ബാഗും കൈയിൽ പിടിച്ച സമ്മാനപ്പൊതിയുമായി അവൾ വാതിൽ കടന്നുവന്നു. ആ സമയം അവളുടെ കണ്ണുകളുടെ തിളക്കം സർപ്പത്തിന്റേതായിരുന്നു.

ബെഡ്റൂമിലേയ്ക്ക് ചുവടനക്കം കേൾപ്പിച്ചുകൊണ്ട് കടന്നുവന്ന അവൾ ഒരുനിമിഷം അവിടെത്തന്നെ അനങ്ങാ തെ നിന്നുപോയി. പുതപ്പിനു ള്ളിൽ നിന്ന് പരിഭ്രമപ്പെട്ടുഴറുന്ന തന്റെ ഭർത്താവിനെ നോക്കാൻ ത്രാണി യില്ലാതെ അവളുടെ കണ്ണുകൾ ചെന്നുവീണത് തന്റെ അടുക്കിവച്ച വസ്ത്രങ്ങൾ ക്കുമീതെ അലങ്കോലമായിക്കിടന്ന ഒരു ചുവന്ന സിൽക്ക് സാരിയിലേ ക്കാണ്. അടിവേരോടെ എന്നെയാരോ പിഴുതെടു ത്തപോലെ ഞാനൊ ന്നാടി! മനുഷ്യപരിണാമസിദ്ധാന്തം കടപുഴകിവീണു. ഞാൻ വിറയലോടെ ചോദിച്ചുപോയി:

“നീയിന്നു നേരത്തെ വന്നോ?”

അവളുടെ ഉത്തരം അപ്രതീക്ഷിതമായിരുന്നു:

“ഞാനിന്ന് കുറച്ചു വൈകിപ്പോയി.”

# ആണധികാരം

കോവണിപ്പടിക്കെട്ടിനു താഴെയിരുന്ന് അവൾ വീണ മീട്ടാൻ തുടങ്ങി. പാതി തുറന്നിട്ട ജനൽപ്പാളിയിലൂടെ കടന്നുവന്ന കാറ്റ് തന്റെ ഇളംചുവപ്പ് സാരിയിൽ തട്ടി ഇളകിമറിയുന്നത് ശ്രദ്ധിക്കാതെ അവൾ മിഴികൾ കൂമ്പിയിരുന്നു. സംഗീതത്തിന്റെ അർദ്ധസ്മൃതിയിൽ ലയിച്ച അവൾ തനിക്കു പ്രിയപ്പെട്ടതെല്ലാം വീണ്ടെടുക്കുകയായിരുന്നു. അതിന്റെ മധുരസ്മൃതി അവളുടെ ഹൃദയത്തുടിപ്പ് ഒരു നിമിഷം ചലനമറ്റതാക്കി മാറ്റി. ചിറകറ്റ ജീവിതസ്വപ്നങ്ങളും സംഗീതവും പ്രണയവും അവളിലേയ്ക്ക് ഒരു നൊമ്പരമായി വന്നുതറച്ചു. ഓർമ്മകൾ ഓരോന്നായി അഴിഞ്ഞു വീണു കൊണ്ടിരിക്കുമ്പോഴാണ് കാളിങ് ബെല്ലിന്റെ ശബ്ദം അവളെ അലോസരപ്പെടുത്തിയത്.

അവൾ വീണയെടുത്തു മാറ്റി. തപ്പിത്തടഞ്ഞെഴുന്നേറ്റ് ലൈറ്റ് ഇട്ടു. വിരക്ത മായ മനസ്സോടുകൂടി വാതിൽക്കലേയ്ക്ക് നടന്നടുത്തു. വാതിൽ തുറക്കുമ്പോൾ ചുവരിൽ പിടിച്ചു നിൽക്കുന്ന തന്റെ ഭർത്താവിനെ ഒന്നു നോക്കി ചിരിച്ചതായി ഭാവിച്ചു.

"ഇന്നും മദ്യപിച്ചിട്ടുണ്ട്...അല്ലേ?"

അഴിഞ്ഞുകിടന്ന തലമുടി വാരിക്കെട്ടിക്കൊണ്ട് അവൾ ചോദിച്ചു. അയാൾ തന്റെ കൈകൾ അവളുടെ വയറ്റിലൂടെ ചുറ്റിപ്പിണയ്ക്കാൻ മുന്നോട്ടാഞ്ഞു. അവൾ അയാളുടെ കൈകൾ വിടുവിച്ച് കുതറിമാറാൻ ശ്രമിച്ചു. മദ്യലഹരിയിൽ അയാൾ അവളെ ഇരുകരങ്ങൾ കൊണ്ടും അമർത്തിപ്പിടിച്ചു. അവൾ വെറുപ്പോടുകൂടി അയാളെ ഒന്നു നോക്കി. അവളുടെ നോട്ടത്തിന്റെ പ്രതിഫലനമെന്നോണം അയാളുടെ കണ്ണുകൾ അവളിൽനിന്നും പിൻവലിക്കപ്പെട്ടുപോയി! താല്പര്യമില്ലാതെ അയാളിൽ നിന്ന് അവൾ ഒഴിഞ്ഞുമാറി.

അന്ന രാത്രി ഭക്ഷണമേശയ്ക്ക് മുന്നിൽ ഇരിക്കുമ്പോൾ അയാൾ അധികാരഭാവത്തോടെ അവളോട് പറഞ്ഞു:

"മതി. എല്ലാം നിർത്തിക്കൊള്ളണം. നിന്റെ സംഗീതവും സാഹിത്യവും എല്ലാം മതി. ബാങ്ക് മാനേജരായ എന്റെ ശമ്പളം മതി നിന്നെ പോറ്റാൻ."

അവൾ അതൊക്കെ വെറുതെയിരുന്ന് കേൾക്കുക മാത്രം ചെയ്തു. മദ്യലഹരിയിൽ അയാൾ മുഴക്കുന്ന സ്ഥിരം പല്ലവികളാണ് ഇതെന്ന് അവൾക്കറിയാം. എല്ലാം സഹിക്കുക തന്നെ!

അവളുടെ കണ്ണുകൾ അറിയാതെ നിറയുന്നുണ്ടായിരുന്നു. ചുവന്നുതുടുത്ത കവിൾത്തടം തഴുകി താഴേയ്ക്ക് ഒലിച്ചിറങ്ങിയ കണ്ണുനീർ മാറിൻവിടവിലൂടെ ഇറങ്ങി പൊടുന്നനെ അപ്രത്യക്ഷമായി. അവളുടെ ശബ്ദം പുറത്തുവരാൻ മടിച്ചു നിന്നു. കണ്ഠത്തിൽ പിടിമുറുക്കിയിരിക്കുന്ന വിഷാദഭാരം കൺതടങ്ങളുടെ തീര ത്തടിക്കാതിരിക്കാൻ നന്നേ പാടുപെടുന്നുണ്ടായിരുന്നു. ഭക്ഷണം കഴിച്ചെഴു ന്നേൽക്കുമ്പോൾ അവൾ കഷ്ടപ്പെട്ട് ചുണ്ടിലൊരു ചിരിവരുത്തി അയാളുടെ കണ്ണുകളിൽ നോക്കിക്കൊണ്ട് പറഞ്ഞു:

"ബാങ്കിലെ കണക്കുകൂട്ടലു പോലെയല്ല ജീവിതം. അങ്ങനെയെങ്കിൽ പിടിച്ചു നിർത്താൻ ശ്രമിക്കുന്നതൊക്കെയും അധികം വൈകാതെ അഴിഞ്ഞു വീഴും."

അവൾ അയാളിൽ നിന്നും കണ്ണുകൾ പിൻവലിച്ച് നടന്നുനീങ്ങുമ്പോൾ, അവളുടെ സീമന്തരേഖയിൽ നിന്നും പൂർണ്ണമായും മാഞ്ഞുപോയ സിന്ദൂര ത്തിൽ അയാളുടെ കണ്ണുകൾ ഉടക്കി. കെട്ടുതാലിയിലും സിന്ദൂരത്തിലും ആണധി കാരം സ്ഥാപിച്ച കാരണവരെപ്പോലെ അയാൾ അവളെത്തന്നെ ഉറ്റുനോ ക്കിക്കൊണ്ടിരുന്നു. തുറന്നിട്ട ജാലകവാതിലുകളെ കൊട്ടിയടച്ചും തുറന്നും കാറ്റ് ശക്തിയോടെ പരാക്രമം തുടങ്ങി.

പുറത്ത് മഴ കനക്കുന്നുണ്ട്. അവളുടെ ശ്രദ്ധ അടുക്കള വാതിലും കടന്ന് ഓർമ്മയുടെ സുതാര്യമായ സ്വപ്നാടനത്തിലേയ്ക്ക് ചെന്നുവീഴുകയായിരുന്നു. മഴ മറതീർത്ത തന്റെ കണ്ണുനീരും മഴയിൽ കുതിർന്ന തന്റെ സ്വപ്നങ്ങളും അവളുടെ മനസ്സിൽ കിടന്ന് മഥിക്കാൻ തുടങ്ങി. ഒന്നു പൊട്ടിക്കരഞ്ഞ് മനസ്സിനെ ശാന്തമാക്കാൻ അവൾ അതിയായി ആഗ്രഹിച്ചു. മഴ കനക്കു മ്പോൾ നിശ്ശബ്ദമാകുന്ന അവളുടെ രോദനം നേർത്ത തലമുടിനാരുകൾ കുറുകെ ചേർത്തൊരുക്കിയ ജീവിതവലയിൽ കിടന്നുഴലുകയായിരുന്നു. എന്തിനാണ് സ്വയംശിക്ഷിക്കപ്പെടുന്നതെന്ന് അവൾ തന്നോടു തന്നെ ചോദിച്ചുകൊണ്ടിരുന്നു.

മഴയുടെ ശാന്തഭാവം പോലെ അവളും അക്ഷോഭ്യയായി മാറുകയായിരുന്നു. രാത്രിയിൽ ഭർത്താവ് ഉറങ്ങി ക്കഴിയുമ്പോൾ ഗോവണിപ്പടിയിലൊ, പൂമുഖത്തിന്റെ ഒരറ്റത്തൊരു മെഴുകുതിരി നാളത്തിൽ എരിയുന്ന തന്റെ അക്ഷരങ്ങൾക്ക് ഏർപ്പെടുത്തിയ വിലക്ക് മുഖവിലയ്ക്കെടുക്കാതെ അവൾ ആ രാത്രിയിലും കടലാസുകളിൽ വേദനിക്കുന്ന അക്ഷരങ്ങൾക്ക് മീതെ തണുത്ത കാറ്റായി തഴുകിക്കൊണ്ടിരുന്നു. ഇതും ഒരുതരത്തിൽ ആശയ വിനിമയം തന്നെയാണ്. ജീവനില്ലാത്ത തൂലികയും ജീവനറ്റു തുടങ്ങിയിരിക്കുന്ന തന്റെ ഹൃദയവും തമ്മിലുള്ള ആശയവിനിമയം.

അടുക്കളത്തിണ്ണയിൽ മെഴുകുതിരി തെളിയിച്ച് അവൾ നിലത്ത് മുട്ടുകുത്തിയിരുന്ന് തിണ്ണയിൽ കടലാസ് വച്ച് തൂലിക കടലാസിനുമേലെ പടർത്താൻതുടങ്ങി. ഇന്നത്തെ തീയതി കുറിച്ച് അവൾ ഇങ്ങനെ എഴുതി:

"ജീവിതത്തിൽ ഒരിക്കലും തോറ്റിട്ടില്ലെന്ന് എനിക്ക് എന്നെത്തന്നെ വിശ്വസിപ്പിക്കാൻ... ഇനി ഒരിക്കലും തോൽ ക്കാതിരിക്കാൻ..."

അത്രയുമെഴുതിക്കഴിഞ്ഞപ്പോൾ അവളുടെ തൂലികയ്ക്ക് വല്ലാത്തൊരു പ്രതിരോധം നേരിട്ടു. സങ്കടഭാരത്തിൽ തന്റെ ഊർജ്ജമെല്ലാം കെട്ടടങ്ങുന്നതായി അവൾക്കു തോന്നി. അവളുടെ കണ്ണുകൾ തന്റെ കഴിഞ്ഞുപോയ നീണ്ട പകലുകളെ തേടുന്നതിൽ മുഴുകിയിരുന്നു. അവൾ സ്വയം സാന്ത്വനപ്പെടുകയാണ്. എല്ലാം ഓർമ്മകളായി പരിത്യജിക്കാൻ ബദ്ധപ്പെടുകയാണ്. തൂലികയുടെ വീർപ്പുമുട്ടലിൽപ്പെട്ട് പിറന്നു വീണ അക്ഷരങ്ങളുടെ അദമ്യമോഹം ചുറ്റിലും അലതല്ലാൻ തുടങ്ങി. അവൾ തന്റെ കഴിഞ്ഞകാലം ഓർത്തെടുക്കുകയായിരുന്നു. അടർന്നുപോയ ഇലയെ യഥാസ്ഥാനത്ത് തിരികെ ഒട്ടിച്ചുവയ്ക്കുന്ന അപ്രായോഗികതയെപ്പോലെ അവൾ ഓർമ്മകൾ കൊരുത്തുകൊണ്ടിരുന്നു. എന്നോ മരിച്ചുപോയ ജീവിതസ്വപ്നങ്ങൾ അനായാസം അവളെ പുണർന്നു. ആളിക്കത്തുന്ന മെഴുകുതിരിനാളത്തിൽ തന്നെ പ്പുണരുന്ന കാമുകന്റെ രൂപം അവൾ തെളിഞ്ഞുകണ്ടു. അവളുടെ സ്വപ്നത്താളുകൾ പിന്നിലേയ്ക്ക് മറിയാൻ തുടങ്ങി!

"നീ ഇവിടെ ഇരിക്കയായിരുന്നോ?"

കാവിന്റെ പിൻവശത്തുള്ള കല്മണ്ഡപത്തിന്റെ ഭിത്തിയിൽ ചാരിയിരുന്ന അവളുടെ തലമുടി മാടിയൊതുക്കി ക്കൊണ്ട് അവൻ ചോദിച്ചു.

"അതെ. നാളെ നാഗരൂട്ടല്ലേ. ആളും ബഹളവും ഒന്നുമില്ലാതെ ഒറ്റയ്ക്ക് ഇവിടെ വന്നിരിക്കണമെന്നു തോന്നി. അതാ ഇവിടെ."

വലിയൊരു ആൽമരത്തിന്റെ ചുവട്ടിൽ പതിഞ്ഞിരുന്ന കണ്ണുകൾ പിൻവലിക്കാതെ അവൾ പറഞ്ഞുനിർത്തി. അവൻ അവളുടെ മുഖം തനിക്കു നേരെ ഉയർത്തിപ്പിടിച്ചുകൊണ്ട് ചോദിച്ചു:

“ഈ സന്ധ്യാസമയം ഇവിടെ വന്നിരിക്കാൻ അതു മാത്രമാണോ കാരണം? നാഗരൂട്ട് കഴിഞ്ഞും ഇവിടെ വരാല്ലോ?”

തന്റെ നിറഞ്ഞുതുടങ്ങിയ കണ്ണുകൾ പിൻവലിച്ചു കൊണ്ട് അവൾ പറഞ്ഞു:

“പിന്നല്ലാതെ! ഇവിടെ ഒറ്റയ്ക്കു വന്നിരിക്കാൻ എനിക്ക് ഭ്രാന്തുണ്ടോ?” അവൻ ഒന്ന് പൊട്ടിച്ചിരിച്ചുകൊണ്ട് പറഞ്ഞു:

“ഈ പ്രാന്തിയുടെ കൂടെ നടക്കണ എനിക്കാ പ്രാന്ത്.”

അവൻ അവളുടെ അടുത്തേയ്ക്ക് ചേർന്നിരുന്നു. ദൂരെനിന്നും വീശിയടിക്കുന്ന തണുത്തകാറ്റിന്റെ തെരുതെരെയുള്ള ചുംബനം മൗനത്തിലും ആഴത്തിൽ അവരെ പുണർന്നുകൊണ്ടിരുന്നു. അവൻ ഒരു കവിതാശകലം ഈണത്തിൽ ചൊല്ലി:

“അകലണം നമ്മളെന്നാരോ മൊഴിഞ്ഞു;

പ്രണയത്തിൻ മധുവിതൾ കോർത്തകാലേ!

അകലില്ലയീജന്മം നിന്റെ ചാരെ തുഴയുന്ന-

യെൻ മിഴികളുണ്ടുയിരുകായാൻ!”

അവൾ അവന്റെ നെഞ്ചിൽ മുഖമമർത്തിക്കരഞ്ഞു!

“കിനാവുമങ്ങാത്ത ഈ കല്യണ്ഡപത്തിൽ ഞാൻ നിനക്കു വേണ്ടി കാത്തിരിക്കും. നമ്മുടെ കാൽപാടുകൾ പതിഞ്ഞ ഇവിടം നമ്മളെ വേർപിരിക്കില്ല.”

തലയുയർത്താതെ അവൾ വിങ്ങലടക്കിപ്പറഞ്ഞു. അവൻ അവളുടെ നിറഞ്ഞൊഴുകിയ കണ്ണുനീർത്തുള്ളിയെ ചുംബനംകൊണ്ട് ഒപ്പിയെടുത്തു. അവളുടെ മൂർദ്ധാവിൽ കൈ ഒഴുക്കിക്കൊണ്ട് പറഞ്ഞു:

“അമ്പടി കേമീ... അപ്പൊ ഇതാണ് നീ ഈ കണ്ണു കളിൽ കണ്മഷി വരയാൻ കാര്യം അല്ലേ?“

“എന്തേ?“

അവൾ അവന്റെ തലമുടിയിഴകളിലൂടെ വിരലോടിച്ചു കൊണ്ട് തിരക്കി.

“കരച്ചില്വ മറയ്ക്കാൻ”

ഇരുവരും ഒരുമിച്ച് പൊട്ടിച്ചിരിച്ചു പോയി. അൽപായുസ്സു മാത്രമുള്ള അവരുടെ ആനന്ദത്തിന് കുടപിടിക്കാൻ പടുവൃക്ഷങ്ങൾ മടിച്ചുകൊണ്ടങ്ങനെ നിന്നു. സകല പെൺ നയനങ്ങളുടെയും കൺമഷിയെ ഒപ്പിയെടുത്തെന്നോണം കാർമേഘങ്ങൾ ഇരുണ്ടുകൂടി. കുമ്പിനിന്ന മരത്തലപ്പുകളിലൂടെ മഴത്തുള്ളികൾക്ക് നിലത്തു പതിക്കാൻ പ്രയാസം നേരിട്ടില്ല. ആകാശത്തിന്റെ നിലവിളിയെന്നോണം ഇടിവെട്ടി. ചാട്ടവാറടിപോലെ മിന്നൽപ്പിണരുകളും താഴേയ്ക്കുപതിച്ചു.

"നമുക്ക് മടങ്ങിയാലോ?"

തന്റെ തോളിൽ തലചായ്ച്ചിരുന്ന അവളുടെ കൈത്തണ്ട മെല്ലെ തലോടിക്കൊണ്ട് അവൻ ചോദിച്ചു. അവൾ അവനോട് ചേർന്നിരുന്നു കൊണ്ടു പറഞ്ഞു:

"കുറച്ചു കൂടി കഴിയട്ടെ! നാഗങ്ങളുടെ അതിമനോഹരമായ നൃത്തം ഉണ്ട്. അവറ്റകൾ ഇണചേർന്നിരുന്ന് ആടുന്നത് കാണണം."

"നമ്മൾ അത് കാണാൻ പാടില്ല. അവയുടെ സ്വകാര്യതയാണത്."

അവൻ അവളെ തന്നിൽ നിന്ന് വിട്ടുവിച്ചുകൊണ്ടു പറഞ്ഞു:

"വന്നേ...നമുക്ക് പോകാം."

അവൾ പിന്നെയും ആഴത്തിൽ അവനോട് ഇഴുകിച്ചേരാൻ ഭാവിച്ചു കൊണ്ടിരുന്നു.

"എനിക്കു കാണണം."

അവൾ ആവർത്തിച്ചു പറഞ്ഞു.

"പകലരങ്ങൊഴിയാറായി. സൂര്യൻ നമുക്ക് സ്വകാര്യത തന്നിട്ട് എവിടേയ്ക്കോ മറഞ്ഞുപോയിരിക്കുന്നു. ഈ രാത്രി നമ്മുടേതല്ലേ?"

അവൾ അവന്റെ മുഖം തന്റെ ചുണ്ടിനോട് പറ്റിച്ചേർത്തുകൊണ്ട് ആരാഞ്ഞു:

"അങ്ങനെതന്നെ അല്ലേ?"

അപ്പോഴേയ്ക്കും അവൾ അവനെ തന്റെ കരവലയത്തിനുള്ളിലാക്കിക്കഴിഞ്ഞിരുന്നു. കാവിന്റെ നടക്കല്ലിലൂടെ ഇഴഞ്ഞുനീങ്ങിയ സർപ്പങ്ങൾ അവർക്കു പിന്നിലായി നിന്ന് നടനം തുടങ്ങി. നാഗങ്ങളുടെ ഫണംവിടർത്തലും സ്വര സംഗീതവും പിന്നെ, ചുറ്റിലും അലതല്ലുന്ന പ്രണയഗാനങ്ങളും ശക്തമായി പെയ്യുന്ന മഴനാദത്തിൽപ്പെട്ട് അലിഞ്ഞില്ലാ താവുകയായിരുന്നു.

കൊഴിഞ്ഞുവീഴുന്ന ഇലകൾക്കു മീതെ അടർന്നു വീണ ഒറ്റമന്ദാരത്തിന്റെ പൂവും അവരുടെ ഇതളൊഴുക്കു കളിലൂടെ ആടയായി പുതപ്പിക്കപ്പെട്ടു. കുമ്പിനിന്ന മരം സർവ്വാധികാരത്തോടെ ഇലകൾ പടർത്തി വിരിഞ്ഞുനിന്നു.

പക്ഷികൾ കൂട്ടി ലേയ്ക്ക് ചേക്കേറവെ, വഴികളിൽ തൂവലുകൾ ഉപേക്ഷിച്ച് പറന്നുപോയി! പകുതി മയങ്ങിയ രാവിന്റെ മിടിപ്പ് മഴയുടെ ആരവവും ഭേദിച്ച് ഉള്ളാഴങ്ങളിലേയ്ക്ക് ഊളിയിട്ടു കൊണ്ടിരുന്നു. അപ്പോഴേയ്ക്കും കരി നാഗങ്ങൾ അദ്വിതീയമായിക്കഴിഞ്ഞിരുന്നു.

"ഇതാരാ ഈ അസമയത്ത്?"

നാഗങ്ങൾക്ക് ആഹാരവുമായി വന്ന തെക്കതിലെ വയസ്സൻ അവർക്കു നേരെ തീവെട്ടിവെളിച്ചം കാണിച്ചു.

"എന്റെ നാഗദേവാ!"

അയാൾ നെഞ്ചത്ത് കൈവച്ച് നിലവിളിച്ചുപോയി. എന്നാൽ മഴയുടെ ഇരമ്പ ലിൽപ്പെട്ട് ആ ശബ്ദം അവരുടെ കാതുകളിലെത്താതെ പ്രതിരോധം സൃഷ്ടിച്ചു. ഇലകൾ അവർക്കു മേലെവീണ് കലമ്പിക്കൊണ്ടിരുന്നു.

മയിൽപ്പീലിത്തണ്ട് തന്റെ ചുണ്ടിന്മേൽ ചുണ്ടുചേർക്കുന്ന അപൂർവ്വ സ്വപ്നാടനം തന്നിലേയ്ക്കു വന്നുവീഴുമ്പോഴാണ് അവൾ തന്റെ മുഖത്തു പതിഞ്ഞ വെളിച്ചത്തിനു നേരെ നീരസത്തോടെ ഉറ്റുനോക്കുന്നത്. അവളുടെ കണ്ണു കളെ ഭീതിദമാക്കിക്കൊണ്ട് അയാൾ അവൾക്കു നേരെ ചലിച്ചു. തിണ്ണ യിൽ മുഖമമർത്തിയിരുന്ന അവളെ അയാൾ നോക്കി. അവൾ താൻ കുറിച്ച അക്ഷരങ്ങളെ അടക്കിപ്പിടിച്ചു. എരിഞ്ഞു തീരാറായ മെഴുകുതിരിവെളിച്ചം ഉലഞ്ഞു പ്രകാശിച്ചുകൊണ്ടിരുന്നു. അയാൾ ഒരു അലർച്ചയോടെ അവളി ലേയ്ക്കടുത്തു. അവളുടെ കൈമുഷ്ടിയിൽ അമർന്നിരുന്ന കടലാസ് കഷ്ണം അയാൾ ബലമായി പിടിച്ചുവാങ്ങി അതിന്റെചുരുളുകൾ അഴിക്കാൻ തുടങ്ങു മ്പോൾ അവളുടെ നെഞ്ചിടിപ്പ് ഇരട്ടിച്ചു. കണ്മഷിവരയാത്ത കണ്ണുകളിൽ നിന്നും പുറത്തുചാടാൻ വെമ്പിനിന്ന കണ്ണുനീർത്തുള്ളിയെ അടക്കിപ്പിടി ക്കാൻ അവൾ ബദ്ധപ്പെടുന്നുണ്ടായിരുന്നു. അയാൾ കടലാസ് നിവർത്തി ക്കഴിയുമ്പോഴേയ്ക്കും അവൾ അയാളിൽ നിന്നും പൂർണ്ണമായും നോട്ടം വിട്ടുവിച്ചു കഴിഞ്ഞിരുന്നു. പ്രക്ഷുബ്ധമായ കണ്ണുകൾ അവൾക്കു നേരെ ഉയർത്തിപ്പിടിച്ചു കൊണ്ട് അയാൾ ഉറച്ചശബ്ദത്തിൽ ആ കടലാസിൽ പതിഞ്ഞ മഷിപ്പടർപ്പ് വായിച്ചു:

"എന്നോ മരിച്ചുപോയ എന്നെ ഓർമ്മകളിലൂടെ ജീവിപ്പിക്കുന്ന നിനക്ക്!"

അവൾ വായ് പൊത്തിപ്പിടിച്ച് കരഞ്ഞു. അവളുടെ നേർക്കുവന്ന് അയാൾ ആ കടലാസുകഷ്ണം വലിച്ചുകീറി അവളുടെ തലയ്ക്കുമീതെ പറത്തി. അടുക്കളയിലെ പ്രകാശം കെടുത്തി കടന്നുപോകുമ്പോൾ അലറിയ ശബ്ദത്തിൽ അയാൾ ക്രുദ്ധനായ് പറഞ്ഞു:

"പെഴച്ച പെണ്ണിനെ തലയിൽ കേറ്റി വച്ചതേ തെറ്റ്"

ദേഹോപദ്രവം ചെയ്യാതെ അയാൾ ആദ്യമായി അവൾക്കു മുന്നിൽ നിന്ന് പോയതിന്റെ ആനന്ദാരവത്താ ലാകണം, ആ ക്രൂരദൃശ്യത്തിന് എന്നും സാക്ഷിയാ കേണ്ടി വരുന്ന മെഴുകുതിരിനാളം ഉരുകിത്തീർന്നിട്ടും അത് ഒന്നുകൂടി ഉയർന്നു കത്തിയത്. എന്നാൽ അവളുടെ മിഴിനീരിൽ കുതിർന്ന് അത് അവസാനമായി കത്തിയണയുകയായിരുന്നു. ഒരു ഒറ്റ മന്ദാരമായി അവൾ അറിയാതെ മാറുകയായിരുന്നു!

ചുറ്റിലും സുഗന്ധം പരത്തിക്കൊണ്ട് മഴയും ദാഹിച്ച് അവൾ കാത്തിരുന്നു! മന്ദാരത്തെ പുണരാൻ അവൻ വരുന്നതും പ്രതീക്ഷിച്ച് സുഗന്ധമെല്ലാം തന്നിൽ തന്നെ ഒതുക്കിപ്പിടിച്ച് അവൾ ഇതളുകൾ വിടർത്തി അവനുവേണ്ടി കാത്തിരിപ്പ് തുടർന്നു...

# വസുന്ധര ക്ഷോഭിക്കുന്നു

**സമർപ്പണം**

**വസുക്കളെയെല്ലാം ഉദരത്തിൽ പേറുന്നവൾക്ക്...**

"കാട്ടുകത്തുന്നു, കാടരോ
ചത്തുടൽ പാകുന്നു,
മുളപൊട്ടുന്ന നാളെകൾ
കിനാവുകണ്ടൊരാ മൂപ്പന്റെ
ഉള്ളിടം തേങ്ങിക്കരയുന്നു;
കാട്ടും കലങ്ങുന്നു!
മുലയൊട്ടി കാടത്തി കാട്ടിൽ
മരിക്കുന്നു, നേർക്കുന്നു
നേരാം നെറിയും നയവുമായ്;
ജനനീ! നിൻ ഗർഭപാത്രത്തിലൊര-
ണുവാം മാനവതൃണങ്ങൾക്കായ്
മാപ്പിരക്കുന്നു ഞാനും"
"വസുന്ധരേ.."

കാടിടങ്ങളെ ആശ്ലേഷിച്ചുകൊണ്ട്, കാട്ടുചോലയുടെ നാഭിയെയും ചുംബിച്ചുണർത്തിക്കൊണ്ട് ആ ശബ്ദം അവളുടെ കാതുകളിലൂടെ ഉള്ളാഴവും കടന്ന് ഗർഭപാത്രം തഴുകി പുണർന്നുകിടന്നു. അവളുടെ കടമിഴിക്കോണു കളിലെ നദീജലപ്രവാഹത്തിൽ കുഞ്ഞലകൾ തുടിച്ചുകൊണ്ടിരുന്നു. ആലിംഗന ബദ്ധരായിക്കഴിഞ്ഞ മരത്തലപ്പുകൾ അവളുടെ നിശ്വാസഗതിയായി മിടി ക്കാൻ തുടങ്ങി.

തന്റെ വിരിഞ്ഞ മാറിടത്തിന്റെ അരികുപറ്റിച്ചേർന്നൊഴുകിയ പാലരുവിയിൽ സർവ്വവും സമർപ്പിച്ച് അവൾ മിഴികളടച്ചിരുന്നു.

"വസുന്ധരേ... എന്റെ കാമിനീ..."

പച്ചച്ചേലകൊണ്ടാവരണം തീർക്കപ്പെട്ട അവളുടെ തുടയിൽ തലയമർത്തി മന്ദഹസിച്ചുകൊണ്ട് അവൻ തുടർന്നു:

"വസുക്കളെയെല്ലാം ഉദരത്തിൽ പേറുന്ന എന്റെ മോഹിനീ... നിനക്കു വന്ദനം"

വസുന്ധരയുടെ അട്ടഹാസം പെരുമ്പറപോലെ അവിടെങ്ങും മുഴങ്ങിക്കേട്ടു! അവൾ അവന്റെ ശിരസ്സിലൂടെ കൈകൾ തഴുകി വരണ്ട ചുണ്ടുകളിൽ നനുത്തമഴയായി പെയ്തുകൊണ്ടിരുന്നു. കാട്ടുവള്ളികൾ അവർക്കു ചുറ്റിലുമൊരു അപൂർവ്വ കൂടാരമായി പടർന്നുകേറി. മൗനം സാക്ഷിയാക്കി ഒരിളം പൂമൊട്ട് കാട്ടിൽ പിറന്നുവീണു. അത് വിശന്നുകരഞ്ഞപ്പോൾ വസുന്ധരയുടെ മുലകൾ ചുരന്നു. അവൾ കാടിന്റെ മറവിൽ അതിനെയും ഊട്ടിവളർത്തി. നിറങ്ങൾ വസന്തം പൊഴിച്ചുകൊണ്ടിരുന്നു.

"വസുന്ധരേ... നീ എന്നെ നിശ്ശബ്ദനാക്കുന്നു. സ്നേഹിക്കാൻ മാത്രം പഠിപ്പിക്കുന്നു. ഞാൻ ചിലപ്പോഴൊക്കെ നിന്നെ അറിയാതെ പ്രണയിച്ചുപോകുന്നു. കാമിച്ചുപോകുന്നു."

അവന്റെ വാക്കുകൾ ഏറ്റെടുത്തുകൊണ്ട് അവൾ അർത്ഥഗർഭമായി പറഞ്ഞു:

"നിന്നിലെ മനുഷ്യാനുരാഗമാണ് എന്നെ വരിക്കാൻ നിന്നെ പഠിപ്പിക്കുന്നത്. നീ അറിയാതെ പ്രണയിച്ചോളൂ, എന്നിലെ ഓരോ നിറത്തെയും!"

വസുന്ധര അവന്റെ കരങ്ങൾ തനിക്ക് നേരെ അടുപ്പിച്ചു.

"ഞാൻ നിന്നോടു പറയാൻ ബാക്കി വെച്ചത് നീ വികൃതമാക്കാതിരിക്കുക."

വസുന്ധരയുടെ കൃഷ്ണമണിത്തടങ്ങളിൽ സ്വതന്ത്രമാകാൻ വെമ്പിനിന്ന നീർക്കുടത്തെ ചുണ്ടുകൾ കൊണ്ടണച്ചു പിടിച്ച് അത് മണ്ണിൽ വീണുടയാൻ തുടങ്ങവെ അവൻ മൊത്തിക്കുടിച്ചു. വൈകാരികമായൊരാത്മനിർവൃതിയിൽ അവർ പരസ്പരം അലിഞ്ഞുചേർന്നു.

"മനുജാ..."

ഉടലുകൾ പരസ്പരം അഴിച്ചുമാറ്റിക്കൊണ്ട് വസുന്ധര അവന്റെ അർദ്ധമൗനിയായ വദനം കൈയിലെടുത്തുകൊണ്ട് പറഞ്ഞു:

“നാട് തിന്നുതീർത്തവർ കാട് തിന്നാൻ വരുന്നു! എന്നെയും ഭോഗിച്ച് ശിഷ്ടം വലിച്ചെറിയാൻ. എല്ലാം ഇരുള്ള വാഴാൻ തുടങ്ങുന്നു. നീയെങ്കിലും രക്ഷപ്പെട്ടുകൊൾക.”

വസുന്ധര അവനെ ചേർത്തുപിടിച്ചു.

“കാണായ കാഴ്ചകൾക്കൊക്കെയും ഉത്തരം നീയായിരുന്നു. നിന്നിലൂടെ മിടിച്ചുതുടങ്ങുമ്പോൾ ഞാൻ ശക്തനാകുന്നു. നിന്നിലൂടെയാണ് ഞാൻ എന്നെത്തന്നെയും സ്നേഹിച്ചുതുടങ്ങിയത്.”

അവൻ അവളുടെ ഹരിതകേശങ്ങളിലൂടെ പടർന്നു കേറിക്കൊണ്ടിരുന്നു. അവ്യക്തമായ കാഴ്ചയുടെ മറുപുറവും തിരഞ്ഞുകൊണ്ട് അവൻ താരസ്വരത്തിൽ പറഞ്ഞു:

“വസുന്ധരേ...എന്റെകണ്ണുകൾ നിനക്കായ് തുറ ക്കുന്നു.”

അവളുടെ പനിനീർസുഗന്ധമുള്ള നെറ്റിത്തടത്തിൽ അവന്റെ ചുണ്ടൊട്ടിച്ചേർന്നു. കാട്ടരുവികൾ മന്ദമായി അവരെ പുണർന്നു. അവനൊരു വസുന്ധരലയമായി മാറിക്കൊണ്ടിരുന്നു.

ദിനങ്ങൾ പലതുമറിഞ്ഞു. കാർമേഘങ്ങൾ ഒഴിഞ്ഞു മാറി ചുറ്റിലും വർണരാജി പടർത്തി. വസുന്ധരയുടെ ചടുല ഭാഷണവും ഏറ്റെടുത്തുകൊണ്ട് കാട്ടുചോല അവനിൽ അനുരണനം തൊടുത്തുവിട്ടു:

“മനുജാ...നാട്ടർ കാട് വാഴുന്നു. കാട്ടിടങ്ങളിൽ കാട്ടാളത്തികളെ മുലയറുത്തു കൊല്ലുന്നു.”

അവന്റെ കണ്ണുകൾ തീക്ഷ്ണമായി ജ്വലിച്ചു. അവന്റെ നിശ്ശബ്ദമൊഴി ഏറ്റെടുത്തുകൊണ്ട് കാട്ടുമരങ്ങൾ പ്രതിവചിച്ചു:

“കാടിന്റെ മക്കളെ ചുട്ടുകൊന്നോന്റെ ചോരയ്ക്കു നിറമില്ല. ജീവനിൽ നനവില്ല.”

അവൻ കാട്ടുവഴികളിലൂടെ മറുകര കടന്ന് കാട്ടുവാഴികളെ തിരഞ്ഞു. കാടൊരു തീപ്പന്തമായി എരിഞ്ഞുപുകയുന്ന കാഴ്ച അവന്റെ കണ്ണുകലക്കി.

“നാട്ടരേ... അരുത്. കാടുവാഴരുത്. കാട്ടരെ കാട്ടു തീയിൽ ചുട്ടുകൊല്ലരുത്.”

ഉടലു കൊണ്ടവൻ തീപ്പന്തം അണച്ചുകഴിയുമ്പോൾ അവനുമൊരു തീപ്പന്തമായി കാടുവാഴാൻ തുടങ്ങി. ഉരുകിയൊലിക്കുന്ന അവന്റെ ഉടലിൽ വസുന്ധര കാട്ടരുവിയായി പെയ്തു.

ഭയാനകമായ കാഴ്ചകളിൽ നിന്നും അവൾ അവന്റെ കണ്ണുകൾ അടച്ചുപിടിച്ചു. കവിൾച്ചുഴിമാഞ്ഞ് മുലയൊട്ടി മാംസളങ്ങളൊക്കെ കത്തിവെണ്ണീറായ വസുന്ധരയുടെ ഉടലിൽ അവൻ ഒന്നുകൂടി തലചായ്ച്ചു.

"വസുന്ധരേ..."

എന്ന് തീർത്തുവിളിക്കാൻ അവൻ ബദ്ധപ്പെട്ടു. അവന്റെ ഉടൽ ജീവനറ്റ് തന്നിൽ അലിഞ്ഞു ചേരുന്നതുവരെ അവൾ അവനെ തന്നോട് ചേർത്തു പിടിച്ചു. അടിമയാകാൻ തരപ്പെട്ടിട്ടില്ലാത്ത വസുന്ധരയുടെ രോഷമെന്നോണം കടൽ ക്ഷോഭിച്ചു. അന്തരീക്ഷം പ്രക്ഷുബ്ധമായി. അവൾ തന്റെ കണ്ണുകൾ ചൂഴ്ന്നെടുത്ത് ഇരുട്ടിൽ ഉപേക്ഷിച്ചു. കനലുപാകിയ ഉഗ്രകോപവും വക്ഷസ്സിൽ ചുരന്ന് വസുന്ധര സർവ്വതും ഇല്ലാതാക്കാൻ തുടങ്ങി.

# നിലാവിനെ പ്രണയിച്ച പെൺകൊടി

ഞാനാണാ പെൺകൊടി

നീയാണാ നിലാവ്...

"പെൺകൊടീ...

ഇത് ഞാനാണ് നിലാവ്. നീ എന്നെ പ്രണയിക്കുന്നുവെന്ന് ഞാൻ അറിഞ്ഞു. എന്താണ് എന്റെ പെണ്ണേ നിനക്ക്... ഞാനാകെ അന്ധാളി ച്ചിരിപ്പാണ്. കേക്കട്ടെ പറയ്. നീ എന്തിനാണ് ഈ നിലാവിനെ പ്രണയി ക്കുന്നത്? എനിക്ക് ഈ മാനത്തോടാണ് പ്രണയം. എനിക്കൊരിടം നൽകി യതിനാൽ... എന്നെ രാവിൽ അഭയമായി കരുതുന്നതിനാൽ... എന്നെ ഇത്രയും ഉയരത്തിലാക്കിയതിനാൽ...നീ എന്തിനാണ് എന്നെ പ്രണ യിക്കുന്നത്?"

നിലാവിന്റെ ചോദ്യവും താങ്ങി മന്ദമാരുതൻ പെൺകൊടിയുടെ അരി കിലെത്തി. അവളുടെ കണ്ണുകൾ നക്ഷത്രം പോലെ ജ്വലിച്ചു. അധരങ്ങൾ പനി നീർ പുഷ്പം കണക്കെ ചുവന്നുതുടുത്തു. കവിളുകളിൽ നുണക്കുഴി ചുഴിയായി വിടർന്നു. അവൾ പുഞ്ചിരിച്ചു. മാരുതൻ അവളുടെ ചുരുണ്ട തല മുടിയിഴകൾ തഴുകി ഒതുക്കി. അവളെ തന്റെ കൈകളിൽ ഇരുത്തി നിലാവിനടുത്തേയ്ക്ക് യാത്ര തുടർന്നു. വെളുത്ത മേഘങ്ങളുടെ പ്രഹസനങ്ങൾക്ക് മുന്നിൽ അവൾ നെറ്റി ചുളിച്ചു. മന്ദമാരുതനോടൊപ്പം ഉയർന്നുപൊങ്ങുമ്പോൾ അവൾ താഴേയ്ക്കു നോക്കി. കാഴ്ചകൾ തനിക്ക് വിദൂര മാകുന്നതു നോക്കിയങ്ങനെ ഇരുന്നു.

കാർമേഘങ്ങളുടെ മന്ദതയിൽ നിരാശ ഒളിഞ്ഞിരിക്കു ന്നുണ്ടാ യിരുന്നു. ആ നിരാശയെ ചെറുത്തുകൊണ്ട് അവളുടെ സൗരഭ്യം അവയ്ക്കു മുകളിലൂടെ വീശിയടിച്ചു.

"കുമാരീ...ഇറങ്ങിക്കൊൾക."

മന്ദമാരുതൻ കൈകൾ താഴ്ത്തി പെൺകൊടിയെ മേഘങ്ങൾക്കു മുകളിൽ നിർത്തിയശേഷം നിലാവിനു മുകളിലൂടെ പറന്നൊഴുകി. പെൺകൊടി ചുറ്റിപാടും കണ്ണോടിച്ചു.

മേഘങ്ങളോടൊപ്പം സഞ്ചരിച്ച് അവൾ നിലാവിനെ കാത്തിരുന്നു. കൈകൾ കൊണ്ട് കവിൾത്തടം താങ്ങി കണ്ണുകൾ കൂമ്പി മേഘപടലത്തിൽ പടർന്നിരുന്ന അവളെ നിലാവ് വിളിച്ചുണർത്തി.

“പെൺകൊടീ...“

തിരമാലകൾ കടൽ തുഴഞ്ഞു വരുന്നതുപോലെ അവളിൽ ഉറക്കം തീരമാകുന്ന കൺപോളയിൽ അലയൊളി വീശിക്കൊണ്ടിരുന്നു. അവൾ കൺപോളകൾ തുറന്ന് ഒരു ദിവാസ്വപ്നംപോലെ നിലാവിനെ ആവേശത്തോടെ നോക്കിയിരുന്നു. ചടുലമായ നോട്ടത്തിലെ കുട്ടിത്തം കണ്ട് നിലാവ് മൗനമായി നിന്നു. തുടർന്ന് മൃദുവായി ആരാഞ്ഞു:

“പെൺകൊടീ...എന്താണ് നിന്റെ അപക്വമായ നിലപാടിന് ഹേതു? എന്തിനാണ് നീ എന്നെ..“

അവളൊരു അപൂർവ്വസൗന്ദര്യശില്പചാരുത പോലെ രത്നത്തിളക്കമുള്ള പല്ലുകൾ കാട്ടി ചിരിച്ചു. നിലാവ് ശ്രദ്ധാപൂർവ്വം അവളെ കേട്ടിരുന്നു. പെൺകൊടി നിലാവിനെത്തന്നെ നോക്കി പറഞ്ഞു:

“അതെ. എനിക്കൊരു പ്രണയം“

പെൺകൊടിയുടെ മൗനാഴങ്ങളിൽ നിലാവ് ഊളിയിട്ടുകൊണ്ടിരുന്നു.

“പറയ്... നിന്റെ പ്രണയം കേൾക്കട്ടെ!“

നിലാവ് മന്ദസ്മിതത്തോടെ പറഞ്ഞുനിർത്തി. പെൺകൊടി അധരങ്ങൾകൊണ്ടു പൊതിഞ്ഞ പുഞ്ചിരിയോടെ നിലാവിനെ നോക്കി. അവൾ കീഴ്ച്ചുണ്ട് കടിച്ചുപിടിച്ച് കൺപീലികൾ കൊണ്ട് താളം പിടിച്ച് കഥപറയാൻ തുടങ്ങി. നിലാവ് തല താഴ്ത്തി തന്റെ വെളിച്ചം മുഴുക്കെയും പെൺകൊടിയിൽ ഒരു നദിപോലെ ഒഴുക്കിക്കൊണ്ടിരുന്നു.

“നിലാവേ...നിലാവിനെ പ്രണയിക്കുന്ന ഒരു പെൺ കൊടിയാണ് ഞാൻ. വെറും ഒരു ആരാധനയല്ലിത്. നീ എല്ലാ വരെയും സ്നേഹിക്കുന്നു. ഞാൻ നിന്നെ മാത്രം പ്രണയിക്കുന്നു. നീ നിർബന്ധമില്ലാതെ സ്നേഹിക്കുന്നു. ഞാൻ നിന്നെ നിർബന്ധപൂർവ്വം പ്രണയിക്കുന്നു. വേർതിരിവില്ലാത്ത നിന്റെ സ്നേഹം എന്നെ സ്വതന്ത്രയാക്കുന്നു. ഈ ലോകം മുഴുവനും ആസ്വദിക്കാനുള്ളതാണെന്ന് നീ പറയുന്നു. നമ്മൾ മനുഷ്യന്മാർ എല്ലാറ്റിനെയും

പിടിച്ചവയ്ക്കുന്നു. എനിക്ക് നിന്നെ പിടിച്ചവയ്ക്കാതെ സ്നേഹിക്കണം. നിന്നോടൊപ്പം നിന്ന് ഈ പ്രപഞ്ചത്തെ മുഴുവൻ കാണണം. അറിയണം. സ്വാർത്ഥന്മാരായ നമ്മൾ മനുഷ്യരുടെയൊക്കെ കഥ എനിക്ക് നിന്റെ കൂടെ ഇരുന്ന് പറയണം. നീ അഹങ്കരിക്കാത്ത നിന്റെ മാഹാത്മ്യം എനിക്ക് വിളിച്ചു പറയണം. അതുല്യനായ നിന്റെ ഗുണഗണങ്ങളിൽ അസൂയാലുക്കളാകുന്നവരെ നോക്കി എനിക്ക് അഭിമാനിക്കണം. എല്ലാം ഒരു പൊട്ടോളംപോന്ന നീർക്കുമിളകളാണെന്ന് നീ പറയുന്നതും കേട്ട് എനിക്ക് ഈ വെളിച്ചത്തിൽ സർവ്വതിനെയും സ്നേഹിക്കണം. ബഹുമാനിക്കണം. നിന്നിലൊന്നായി അണയണം. ഈ പെണ്ണിന് ബുദ്ധിമോശം സംഭവിച്ചെന്ന് നിനക്ക് തോന്നുന്നുണ്ടായിരിക്കാം. എന്നാൽ ഞാൻ നിന്നെ പ്രതികൂലനങ്ങളെ വെല്ലുവിളിച്ചുകൊണ്ട് സ്നേഹിക്കുന്നു. പ്രണയിക്കുന്നു. അഭിനയിക്കുമ്പോൾ വികൃതമാകുന്ന പ്രണയമെന്ന പ്രതിഭാസം നമുക്ക് ഇല്ലാതാക്കാം."

"എന്താണ് പെണ്ണേ... ഞാൻ ഈ ശൂന്യാകാശത്തിൽ തലചായ്ക്കുന്നവൻ. നിന്നെ ഞാൻ എങ്ങനെ സംരക്ഷിക്കുമെന്നാണ് നീ പറയുന്നത്?"

ഇതല്ലേ അടുത്ത ചോദ്യം? അതിനും ഞാൻ ഉത്തരം പറയാം.

"ഈ നിലാവിന്റെ അപൂർവ്വവെളിച്ചത്തിൽ വിരചിതമാകുന്ന കാന്തികവലയത്തിൽ ഞാൻ ശയിച്ചുകൊള്ളാം. കഥകൾ പാടി നിന്നെ ഞാൻ ഉറക്കാം. നിനക്കുവേണ്ടി നൂലിന്മേൽ നൃത്തമാടാം. ആരാലും രചിക്കാൻ അപ്രാപ്യമായ പ്രണയ കാവ്യമായി നമുക്ക് മാറാം."

പെൺകൊടി മിഴികൾ ഉയർത്തി നിലാവിനെയൊന്ന് ഉഴിഞ്ഞു നോക്കി. മൗനത്തിനെന്തൊരു മൗനമാണെന്ന് പ്രതിവചിച്ചുകൊണ്ട് പെൺകൊടി തലകുനിച്ചു. അവളുടെ കാഴ്ച മറച്ചുകൊണ്ട് കണ്ണുകളിൽ കണ്ണുനീർ തളംകെട്ടാൻ തുടങ്ങി. നെഞ്ചിൽ വന്നുനിറഞ്ഞ തീഗോളം അവിടെയെല്ലാം കനലുകൾ ത്തുറ്റിയെറിഞ്ഞുകൊണ്ടിരുന്നു. അതൊരു ഹൃദയമിടിപ്പായി രൂപാന്തരം പ്രാപിച്ച് ശരീരം കാമാതുരമാക്കി. അവൾ മൗനം തുടർന്നു. നിലാവ് ശിരസ്സുയർത്തി ചുറ്റിലും പ്രകാശം വീശിയെറിഞ്ഞു. ഇടറുന്ന കണ്ഠനാദം മൃദുവാക്കി പറഞ്ഞു:

"പെൺകൊടീ....ഈ നിലാവെളിച്ചം സകലചരാചരത്തിനും അവകാശപ്പെട്ടതാണ്. നിനക്കുവേണ്ടി മാത്രം ഇത് ചുരുങ്ങില്ല. എന്നാൽ, ഈ കാന്തികവലയത്തിൽ നിന്നെ മാത്രം സംരക്ഷിച്ചുകൊള്ളാം. നിനക്കുവേണ്ടിമാത്രം ഇവിടം ശൂന്യമാക്കി ഇടാം. നിനക്ക് എപ്പോൾ വേണമെങ്കിലും അധികാരത്തോടെ കടന്നുവരാൻ പാകത്തിൽ."

നിലാവ് ശാന്തനായി പറഞ്ഞുനിർത്തി. പെൺകൊടി തലയുയർത്തിപ്പിടിച്ചു കൊണ്ടു പറഞ്ഞു:

"അതു മതി. ഈ ഇടം മാത്രം മതി..."

വൈകാതെതന്നെ മന്ദമാരുതൻ തന്റെ തൂഴക്കൈകളിൽ പെൺകൊടിയെയും താങ്ങി ഭൂമിയിലെത്തിച്ചു. അവളുടെ മിഴികൾ അപ്പോഴും നിലാവിന്റെ കാന്തപ്രപഞ്ചത്തിൽ സ്നേഹാർദ്രമായി ഉറ്റുനോക്കിക്കൊണ്ടിരുന്നു.

പകലുകൾ അപൂർവ്വരാവുകളായി അവളിൽ നിലാവ് പൊഴിച്ചുകൊണ്ടിരുന്നു. നിലാവിനെ പ്രണയിച്ച അപൂർവ്വം പെൺകൊടിയായി അവൾ രൂപാന്തരം പ്രാപിക്കുകയായിരുന്നു...

# മഗ്ദലീന

ചിത്രപ്പലകയുടെ മുഖഭാഗത്ത് ഉദാസീനമായി ആടിക്കൊണ്ടിരുന്ന ക്യാൻവാസ് വികാരോദ്വേഗത്തോടെ അഴിഞ്ഞു നിലത്തുവീണു. അപൂർണ്ണമായ ഒരു ഛായാപടം നീലാകാശത്തിലെ വിളറി വെളുത്ത മേഘത്തെപ്പോലെ ക്യാൻവാസിന്റെ ഒരൊഴിഞ്ഞമൂലയിൽ കിടന്നുഴറുകയായിരുന്നു. ചിറക് നഷ്ടപ്പെട്ട പക്ഷിയെപ്പോലെ ചിത്രപ്പലക ഒന്നിളകി. പിന്നെ യഥാസ്ഥാനത്ത് തിരികെയെത്തി. നിലത്ത് വീണു കിടന്ന വോഡ്കയുടെ കാലിക്കുപ്പികൾ തമ്മിൽ കൂട്ടിമുട്ടി ഇടതടവില്ലാതെ സന്ദേശം തൊടുത്തുവിട്ടു.

വിറകൊണ്ടാടിയ ചുഴലിപിടിച്ച കാറ്റ് കൊട്ടിയടച്ച ജനൽപാളിയുടെ ഭീതിയുണർത്തുന്ന ശബ്ദം കേട്ട് അയാൾ ചാടിപ്പിടഞ്ഞെണീറ്റു. ലഹരിയുടെ കുതിരപ്പുറം കേറിയ അയാൾ ഒന്നുറച്ചുനിൽക്കാൻ ബദ്ധപ്പെട്ടു. അപരിചിതമായ ഇടത്തിൽ എത്തിപ്പെട്ട ഒരു ബാലന്റെ ഉൽത്താപത്തോടെ അയാൾ ചുറ്റുപാടും വീക്ഷിച്ചു. ഒടുവിൽ ഒരു നെടുവീർപ്പോടെ ക്യാൻവാസിൽ നോട്ടം തെന്നിച്ചു. അയാളുടെ കണ്ണുകൾ ക്യാൻവാസിലെ അവ്യക്തമായ ചിത്രത്തിൽ നട്ടു. കിടുകിടാവിറയ്ക്കുന്ന കൈകൾ ക്യാൻവാസിൽ പിടുത്തം മുറുക്കുമ്പോഴും കണ്ണുകൾ ചിത്രത്തിന്റെ കുടുക്കുകൾ അഴിച്ച് ഭോഗിക്കാൻ തുടങ്ങിയിരുന്നു. അയാൾ ചിത്രപ്പലകയ്ക്കുമേൽ ക്യാൻവാസിനെ ഒട്ടിച്ചുചേർത്തു.

മദ്യക്കുപ്പിയിലെ അവസാനതുള്ളിയും വായിലേയ്ക്കു കമഴ്ത്തുമ്പോൾ മാത്രമാണ് അയാൾ തന്റെ ചിത്രമാതൃകയെ അവിടെ തിരഞ്ഞത്. അയാളുടെ കണ്ണുകൾ അവളെ ആവേശത്തോടെ കണ്ടെത്തിയപ്പോൾ, കോടിച്ച ചുണ്ടിന്റെ വികൃതമായ ചിരിയോടെ അയാൾ ക്യാൻവാസിലേയ്ക്കും അവളിലേയ്ക്കും മാറിമാറി കണ്ണുകൾ കുതറിച്ചു.

വില്ലീസ്സപട്ടിന്റെ ഞൊറികളോട്ടുകൂടിയ വീതിയുള്ള പീഠത്തിൽ മലർന്നുകിടക്കുന്ന ചിത്രമാതൃക അർദ്ധമയക്കത്തിൽനിന്നും ഞെട്ടറ്റുണരാനുള്ള യത്നത്തിലായിരുന്നു. തെളിഞ്ഞ മാനത്തിൽ ഓടിയടുത്ത കാർമേഘം അവിടവിടായി ഞാന്നു കിടന്നു. അവൾ ഒന്നു കുലുങ്ങി എഴുന്നേറ്റു.

തിരക്കാറ്റ് ആഞ്ഞടിച്ച് കടലോളങ്ങളെ തീരത്തടുപ്പിച്ചു. അവൾ എഴുന്നേറ്റപാടെ ക്യാൻവാസിൽ പതിഞ്ഞ തന്റെ കണ്ണുകൾ പറിച്ചെടുത്തുകൊണ്ട് അയാൾക്കു നേരെ കയർത്തുചാടി:

“ഈ കാണുന്ന കഴുത്തോളംപോന്ന ചിത്രം വരയ്ക്കാനാണോ നിനക്ക് മുന്നിൽ ഉടുതുണിയില്ലാതെ ഞാൻ...”

അവളുടെ തുടർന്നുള്ള സ്വരം അയാളുടെ ഹൃദയ മിടിപ്പിൽപ്പെട്ട് ഉയർന്നു പറന്നു. അതു പറന്നുചെന്ന് നിലത്തു പടർന്നൊലിച്ചുകൊണ്ടിരുന്ന ചായവും വടിച്ചെടുത്ത് ക്യാൻ വാസിലെ അപൂർണ്ണചിത്രത്തിന്മേൽ പരന്നൊഴുകി. ഒടുവിൽ ക്യാൻവാസിൽ ഒരു നഗ്നചിത്രം പിറന്നുവീണു. അയാൾ വിറയലോടെ ക്യാൻവാസിൽ നിന്നും കണ്ണുകൾ വിടുവിച്ച് പീഠത്തിൽ ഞെളിഞ്ഞിരിക്കുന്ന ചിത്രമാതൃകയെ നോക്കി. അയാളുടെ നോട്ടം അവളുടെ കഴുത്തുവരെ ചെന്ന് തടഞ്ഞു നിന്നു. അയാളുടെ കണ്ണുകളിൽ ഭൂതകാലം തള്ളിത്തുറക്കുകയാണ്. എന്തോ പറയാൻ ഭാവിച്ച അയാളുടെ ഇടറിയ ശബ്ദത്തിനുമേൽ അവളുടെ ഉത്തരവ് തെറിച്ചുവീണു.

“എനിക്ക് കൂലി തന്നേക്കുക. ഇനിയും സമയം കളയാൻ എനിക്കാകില്ല. അല്ലെങ്കിൽത്തന്നെ താനൊരു നല്ല ചിത്രകാരനാണെന്ന് എനിക്കു തോന്നുന്നില്ല. മിനിറ്റുകൾക്കുള്ളിൽ എന്നെ പകർത്തിവയ്ക്കുന്ന അസാധാരണ ചിത്രകാരിൽനിന്നും തന്നെപ്പോലെയൊരു നേരമ്പോക്കു കാരനുവേണ്ടി മണിക്കൂറുകൾ നഷ്ടപ്പെടുത്തിയതിൽ എനിക്ക് നീരസം തോന്നുന്നു.”

അയാൾ അപ്പോഴും ഒരു വാക്കുപോലും ശബ്ദിക്കാതെ നിൽക്കുന്നതു കണ്ടപ്പോൾ അവൾ അയാളുടെ ക്യാൻ വാസിലെ ശൂന്യതയിൽ നിന്നും വാക്കുകൾ പറിച്ചെടുത്തു:

“പെറ്റതള്ളയുടെ നഗ്നത വരച്ച് വിറ്റുതിന്നുന്ന ഒരുവന്റെ മുന്നിൽ ചിത്രമാതൃകയായത് എന്റെ തെറ്റ്.”

അവൾ അത് പറഞ്ഞുനിർത്തുമ്പോൾ അയാളുടെ കയ്യിൽ നിന്നും ചുവന്ന ചായത്തിൽ മുക്കിയ ബ്രഷ് അറിയാതെ നിലത്തുവീണു. അത് ഒരു സ്ത്രീയുടെ തടിച്ചുചുവന്ന ചുണ്ടുകൾപോലെ വിടർന്നുവന്നു. മദ്യലഹരി കെട്ടടങ്ങിയ അയാളുടെ കാലുകൾ നിലത്തുറച്ചുനിന്നു. മൂടിയില്ലാത്ത ബൾബിൽ

നിന്നും കുത്തിയൊഴുകുന്ന വെളിച്ചം കണക്കെ അയാൾ നിശ്ചേതനായി തുടർന്നു. അവൾ പീഠത്തിൽനിന്നും എഴുന്നേൽക്കുമ്പോൾ അയാളുടെ കണ്ണുകൾ അവളിൽ ഉറയ്ക്കാതെ വിരണ്ടുമുരളുകയായിരുന്നു.

തണുത്ത കാറ്റിന്റെ കുസൃതി ചൂളമടിക്കാൻ കോട്ടിയ ചുണ്ടിൽ അമർന്നു കിടന്ന് ശ്വാസംമുട്ടിക്കുന്നുണ്ടായിരുന്നു. അവൾ ഊർന്നുവീഴാൻ തുടങ്ങിയ ചിരി മറച്ചുപിടിച്ച് ഗൗരവത്തോടെ അയാളെത്തന്നെ നോക്കിനിന്നു. അയാൾ എന്തോ പറയാൻ വിഫലമായ ഒരു ശ്രമം നടത്തി. എന്നാൽ ചലിക്കാൻ ആവതില്ലാത്തതുപോലെ തോന്നിച്ച നാവിനെ പഴിച്ചുകൊണ്ട് അയാൾ അവളെത്തന്നെ നോക്കിനിന്നു. അയാളുടെ കൈയിൽനിന്നും തനിക്ക് പ്രതിഫലം കിട്ടില്ലെന്നുറപ്പായപ്പോൾ അവൾ ധൃതിയിൽ എഴുന്നേറ്റ്, ദേഹത്ത് തുണി ഒട്ടിച്ചുവച്ച്, വാതിലിന്റെ സാക്ഷമാറ്റി കതക് വലിച്ചടച്ചു പോയതു മാത്രമെ അയാളുടെ ബോധതലത്തിൽ സ്പർശിച്ചുള്ളൂ. അയാൾക്കുനേരെ ഉതിർന്നുവീണ തെറിവാക്കുകൾ നിലത്തുവീണുടഞ്ഞ പിഞ്ഞാണങ്ങളെപ്പോലെ അൽപ്പായുസ്സിൽ കിടന്നുപിടഞ്ഞു. പിന്നെ വല്ലാത്തൊരു വെപ്രാളത്തോടെ അത് നിലത്ത് വീണുമരിച്ചു.

അയാൾ ആ മുറിയുടെ നാലുപാടും ഉറ്റുനോക്കി. ഫ്രയിമുകൾക്കുള്ളിലെ ഛായാചിത്രങ്ങൾ കണ്ണാടിക്കൂട്ടിലെ അസ്ഥികൂടങ്ങളെപ്പോലെ തന്നെ മിഴിച്ചുനോക്കുന്നതായി അയാൾക്കനുഭവപ്പെട്ടു. ഇടതുകൈയിലിരുന്നെരിയുന്ന സിഗരറ്റിന്റെ പുകവലിച്ചെടുക്കുമ്പോൾ അയാൾ മനസ്സിൽ പറഞ്ഞു:

"നന്ദികെട്ടവൾ! പറഞ്ഞതു കേട്ടില്ലേ... താൻ ഒരു നല്ല ചിത്രകാരനല്ലെന്ന്!" മുറിയിലെ ചിത്രങ്ങൾ അതംഗീകരിച്ച മട്ടിൽ തല കുലുക്കി.

"പിന്നെ എന്തോ ഒന്നു കൂടി അവൾ പറഞ്ഞല്ലോ..."

അയാൾ അതോർമ്മിക്കാൻ അവസരം കൊടുക്കാ ത്തതുപോലെ അലംകൃതമായ മുറിയിലൂടെ പരക്കെ കണ്ണെറിഞ്ഞു. പൊടുന്നനെ ഒരു ഛായാപടം ചില്ലുടച്ച് പുറത്തുവന്നു. അത് ഉറക്കത്തിലെന്നപോലെ മുരണ്ടുപിടഞ്ഞപ്പോൾ അയാളിൽ പൂർവ്വകാലോർമ്മകൾ ചിതയൊരുക്കി. ആ ചിത്രം തറയിലഴിഞ്ഞുകിടന്ന മേശവിരിപ്പെടുത്തു പറന്ന് സ്വയംപുതപ്പിച്ചു. ഒടുവിൽ ആ ചുവരിൽത്തന്നെ ഒട്ടിച്ചേർന്നു കിടന്നു. അതിലേയ്ക്കു കണ്ണുപതിഞ്ഞപ്പോൾ അയാൾ ഇതാദ്യമായി പറഞ്ഞു:

"അമ്മ... എന്റെ അമ്മ"

ഫ്ലോറൻസ് പട്ടണപ്രാന്തങ്ങളിലൂടെ അയാൾ മദ്യഷാപ്പുകൾ തേടി അലഞ്ഞു. വിശന്നുവലഞ്ഞ ചെന്നായയെപ്പോലെ മുരണ്ടു. എങ്ങും ഉറയ്ക്കാത്ത

കാലുകൾ വേച്ചുവേച്ച് മുന്നോട്ടായുമ്പോൾ, താൻ ഒരാവിയായി മുകളിലേയ്ക്കു പറന്നുയരുന്നതായി അയാൾക്കു തോന്നി. തിരക്കുപിടിച്ച നടക്കാവുകളിലൂടെ അയാൾ അലഞ്ഞുതിരിഞ്ഞു. തന്നെ സൂക്ഷിച്ചു നോക്കുന്ന കാൽനടക്കാർക്കുനേരെ തിരിഞ്ഞ് ഗോഷ്ടി കാണിക്കാതിരിക്കാൻ അയാളുടെ മദ്യലഹരിക്ക് കഴിഞ്ഞില്ല. അയാൾ നഗരത്തിലൂടെ ഇഴഞ്ഞുനീങ്ങിക്കൊണ്ടിരുന്നു.

മദ്യഷാപ്പിന്റെ മുന്നിലെത്തിയപ്പോൾ അയാൾ ഗേറ്റിനു മുന്നിൽ നിന്ന കാവൽക്കാരനെയും തട്ടിമറിച്ചിട്ട് ഉള്ളിലേയ്ക്കു കടന്നു. കുളിരുകോരുന്ന വിശാലമായ മുറിയും കടന്ന് ഒരൊഴിഞ്ഞ മൂലയിൽ അയാൾ കുനിപ്പിടിച്ചിരുന്നു. വെയ്റ്റർക്കു ചട്ടംകെട്ടി. ഉടനെതന്നെ ആവശ്യസാധനങ്ങളെല്ലാം മേശപ്പുറത്തു നിരന്നു. അയാൾ ആർത്തിപ്പണ്ടാരത്തെപ്പോലെ മദ്യക്കുപ്പി കാലിയാക്കി. ഉഴന്നുതുടങ്ങിയ നാവ് കടിഞ്ഞാണിൽനിന്നും പിടുത്തം വിട്ടുപോയ നായയെപ്പോലെ കുരച്ചുചാടാൻ തുടങ്ങി.

അടുത്ത മേശയ്ക്കു ചുറ്റിലും ഇരിക്കുന്നവർ സംസാരം നിർത്തി അയാളെത്തന്നെ അന്ധാളിപ്പോടെ നോക്കിക്കൊണ്ടിരുന്നു. അയാൾ ഇടയ്ക്കിടക്ക് കരയുകയും ചിരിക്കുകയും പിന്നെ താടിക്കു കൈകൊടുത്ത് നിശ്ചേതനായും ഇരുന്നു. കുഴഞ്ഞുവീണുപോയ കണ്ണുകളെ പെറുക്കിയെടുക്കാൻ ബദ്ധപ്പെട്ടിട്ടെന്നപോലെ അയാളുടെ പുരികങ്ങൾ രസാഭിനയം കൊണ്ടു വിറച്ചു. ചുറ്റുമുള്ള കണ്ണുകൾ തന്നെ വേട്ടയാടുകയാണെന്ന് അയാൾക്ക് മനസ്സിലായി. ആ വിശാലമായ മുറിക്കുള്ളിൽ മുഴങ്ങിക്കേൾക്കുന്ന അട്ടഹാസങ്ങൾക്കു പിന്നിലെ കഥ താനാണോ എന്നറിയാനുള്ള അയാളുടെ വ്യഗ്രത അധികം നീണ്ടുനിന്നില്ല. കുഴഞ്ഞാടുന്ന ശബ്ദത്തിൽ അവർ തുടരുകയാണ്:

"ആ മാന്യൻ ഒരു ചിത്രകാരനാണ്. വരച്ചു തുടങ്ങുന്നതോ... ഉറങ്ങിക്കിടന്ന തള്ളയുടെ..."

പിന്നെ അവിടെ അമർന്നു കേട്ടത് ഒരു അട്ടഹാസമായിരുന്നു. ഒരക്ഷരംപോലും ഉരിയാടാൻ കഴിയാതെ അയാൾ വീർപ്പുമുട്ടി. അയാൾ എഴുന്നേറ്റു. തന്റെ കാൽപ്പെരുമാറ്റം ആരെയും അലോസരപ്പെടുത്തുന്നില്ലെന്ന ഉറപ്പോടുകൂടി ത്തന്നെ മുന്നോട്ടുനടന്നു. അയാളുടെ നിശ്ശബ്ദത ഒരുപക്ഷേ, അവിടുത്തെ അന്തരീക്ഷം ശാന്തമാക്കാൻമാത്രം പോന്നതായിരുന്നു. മേശയിലിരുന്ന ഒഴിഞ്ഞ മദ്യക്കുപ്പികൾ നിലത്തു വീണുടഞ്ഞു. ലക്ഷ്യബോധമില്ലാതെ അയാളുടെ കാലുകൾ മേയാൻ തുടങ്ങി. കുത്തിനിറയ്ക്കപ്പെട്ട പുസ്തകഅലമാര അഴിച്ചുമരുംതള്ളിത്തുറന്ന് ശ്വാസം കഴിക്കാൻ കിടന്നു പിടയുന്നതു പോലെ അയാളുടെ അന്തഃരംഗം വീർപ്പുമുട്ടി. പകലിനെ കൈക്കുടന്നയ്ക്കുള്ളിൽ അമർത്തിപ്പിഴിഞ്ഞ സന്ധ്യ മുറുക്കി ചെമപ്പിച്ച പല്ലുകൾക്കിട

യിൽ ഞെരിച്ച മർത്താൻ തക്കംപാർത്തിരുന്നു. മാനത്തിന്റെ മുഖം കറുത്തൊട്ടിക്കിടന്നു...

അയാൾ ഡ്രെയിനേജിനു കുറുകെ കാലുകൾ നീട്ടിവച്ച്, കെട്ടിടത്തിന്റെ ആദ്യനിലയിൽ കയറിക്കൂടി. ഇരുട്ടിലൂടെ തപ്പിത്തടയുമ്പോൾ തനിക്കു നേരെ പാഞ്ഞടുക്കുന്നവരുടെ ശ്രദ്ധയിൽപെടാതിരിക്കാൻ അയാൾ പാടുപെട്ടു. വാടകയ്ക്കു പാർക്കുന്ന ഒറ്റമുറിയുടെ വാടക ഒടുക്കാത്തതിനാൽ ഉടമസ്ഥനിൽനിന്നും ഒളിച്ചും പാത്തും ശീലിച്ച അയാൾക്ക് ഏതിരുട്ടിലും തന്റെ മുറി കണ്ടുപിടിക്കാൻ ഒരു ബുദ്ധിമുട്ടും നേരിട്ടില്ല. പടിക്കെട്ടുകൾ ചാടിക്കേറി ഒരു മൂലയിൽ ഒറ്റപ്പെട്ടിരിക്കുന്ന തന്റെ മുറിയുടെ വാതിൽ തള്ളിത്തുറന്ന് അകത്തു കയറി കുറ്റിയിടുമ്പോൾ നെഞ്ചിടിപ്പിന്റെ ആക്കം നേർത്തുതുടങ്ങി.

കൈ സ്വിച്ചിലേയ്ക്കമർന്നപ്പോൾ മൂടിയില്ലാത്ത ബൾബ് ചിതറിക്കിടന്ന ചിത്രങ്ങളെ വെളുപ്പിച്ചു. മയക്കം കുറുകിക്കൂടിയ കണ്ണുകൾ അടഞ്ഞു തുടങ്ങിയപ്പോൾ ചുവരിൽ കിടന്നാടിയ ഒരു സന്ദേശത്തിൽ ഉടക്കിയ അയാളുടെ കണ്ണുകൾ വാരിപ്പിടഞ്ഞെണീറ്റു.

മഞ്ഞനിറത്തിലെ ചുവർക്കടലാസ്സിൽ ചുവന്നനിറത്തിൽ അക്ഷരങ്ങൾ വീണുകിടന്നു. അയാൾ ഉറന്നുചാടിയ കണ്ണുനീർ പിടിച്ചടക്കിക്കൊണ്ട് വിറയ്ക്കുന്ന കൈനീട്ടി അതു ചുവരിൽ നിന്നും പറിച്ചെടുത്തു. നിറം മങ്ങിയ അക്ഷരങ്ങൾ ഉറഞ്ഞു തുള്ളുമ്പോൾ അയാൾ അതടങ്ങിയിരുന്നു വായിച്ചു. വായിച്ചു കഴിഞ്ഞപ്പോൾ കണ്ണുകളിൽ നിറഞ്ഞുനിന്ന വെള്ളത്തുള്ളികൾ പുറത്തേയ്ക്കു ചാടി അയാളെ അതിൽ മുക്കി. കൈകാലിട്ടടിച്ച് നീന്തിത്തുടങ്ങുമ്പോൾ മുങ്ങാംകുഴിയിൽനിന്നുമുയർന്ന നീർക്കുമിളകൾ അയാളുടെ ശബ്ദം അനുവർത്തിച്ചു:

“മാന്യ ചിത്രകാരാ... താങ്കളുടെ “മഗ്ദലീന“ ഫ്ലോറൻസിലെ പരസ്യപ്പലകയിൽ നാളെ അനാവരണം ചെയ്യുന്നു. താങ്കളുടെ സാമീപ്യം പ്രതീക്ഷിക്കുന്നു.”

തലയോളം മുങ്ങിനിന്ന വെള്ളം കുടിച്ചു താൻ ഇപ്പോൾ മരിച്ചുവീഴുമെന്ന് അയാൾക്കു തോന്നി. ഇരുട്ടുമൂടിയ കണ്ണുകളിൽ കണ്ണുനീർ ഉറന്നുകൂടി കട്ടപിടിച്ചു. മങ്ങിയ വെളിച്ചത്തിന്റെ നേരിയ കുത്തൊഴുക്കിൽ അടിഞ്ഞുകൂടിയ പൂഴി അയാളെ തടഞ്ഞുനിർത്തി. കൈകാലുകൾ ചലിപ്പിച്ച്, അയാൾ ചുവരിൽ കിടന്നാടിക്കൊണ്ടിരുന്ന ഛായാപടത്തെ മേശവിരിപ്പിന്റെ ആലിംഗനത്തിൽനിന്നും സ്വതന്ത്രയാക്കി. ചിത്രത്തിനുതാഴെ ഒരൊഴിഞ്ഞ മൂലയിലെ വെളുത്ത പ്രതലത്തിലിരുന്ന് തന്നെ തുറിച്ചുനോക്കിയ കറുത്തുരുണ്ട അക്ഷരങ്ങൾ പുറത്തുവരാതെ അയാളുടെ നാവിൽ തട്ടി നിന്നു.

“മഗ്ദലീന”

അയാളുടെ വരണ്ടചുണ്ടുകൾ വിടർന്നടഞ്ഞു. “മഗ്ദലീന...” അയാളിൽ ഓർമ്മ തള്ളിത്തുറക്കുകയായി...

“ഇതാ. താങ്കൾ പറഞ്ഞ ചിത്രം പൂർത്തിയായിട്ടുണ്ട്.”

ചുവന്ന പട്ടുതുണികൊണ്ടു പൊതിഞ്ഞ ഒരു വലിയ ചതുരപ്പെട്ടി തലയിൽനിന്നും ഇറക്കിവയ്ക്കാൻ പരിശ്രമ പ്പെട്ടുകൊണ്ട് അയാൾ പറഞ്ഞു. തന്റെ ആദ്യത്തെയും ഒടുവിലത്തെയും ചിത്രം വിൽക്കാൻ പോയ ദിവസമായിരുന്നു അത്. അയാളോർത്തു.

കൊട്ടാരത്തിന്റെ പടിക്കെട്ടു കഴിഞ്ഞ് പച്ച പരവതാനിയിൽ ചിത്രം ഇറക്കിവയ്ക്കുമ്പോൾ അതിന്റെ പുറം ഒരു തവണ കുലുങ്ങി. പിന്നെ അയാൾക്കു മുന്നിൽ ഒരു മറ തീർത്തുകൊണ്ട് പ്രൗഢിയോടെ അത് ഞെളിഞ്ഞു നിന്നു. അയാൾ ചിത്രത്തിനു പിന്നിൽ നിന്നും മുന്നോട്ടു നീങ്ങി.

“ഈ ചിത്രത്തിന് ഞാൻ പറഞ്ഞ തുക തന്നെ കിട്ടില്ലേ?”

യജമാനനു മുന്നിൽ കുമ്പിട്ടു നിൽക്കുന്ന അടിമയെപ്പോലെ അയാൾ വിനയപൂർവ്വം ആരാഞ്ഞു. രാജകീയപ്രൗഢമായി ഇരിപ്പിടത്തിൽ അമർന്നിരുന്ന അയാൾ ഇളകാതെ തന്നെ ചുറ്റും നിന്ന ഭൃത്യരോടു കല്പിച്ചു:

“ഇത് അഴിക്കൂ. ഇയാളുടെ പണം രൊക്കം കൊടുത്തു പറഞ്ഞയക്കാം.”

പട്ടുതുണി ഞൊറികൾ ഉടഞ്ഞ് അസ്വസ്ഥതയോടെ ഞെരിഞ്ഞു. പലകക്കടലാസ് അഴിഞ്ഞുവീഴുമ്പോൾ അയാൾ ഇരിപ്പിടത്തിൽ നിന്നും ഒന്നിളകി ചിത്രകാരന്റെ മുഖത്തേയ്ക്ക് നോക്കി.

“താൻ ഒരു അസാധാരണ ചിത്രരചയിതാവ് തന്നെ. ജീവനുള്ള ചിത്രം. അതിശയകരമായിരിക്കുന്നു.”

ആഷ്ട്രേയിൽ സിഗരറ്റ് കുത്തിയണച്ചുകൊണ്ട് അയാൾ എഴുന്നേറ്റു. ചിത്രകാരന്റെ ചെവിയിൽ മുറുമുറുപ്പോടെ മുരണ്ടു:

“ചിത്രമാതൃകയെ ഒരു രാത്രി എനിക്ക് തരപ്പെടുത്താൻ എന്താണ് ഞാൻ നിനക്ക് തരേണ്ടത്?”

ചിത്രകാരൻ ആലോചിച്ചു നിൽക്കുന്നതു കണ്ട് അയാൾ പൊടുന്നനെ ചോദിച്ചു:

“അല്ല... ആരാണ് ഈ മഗ്ദലീന?”

വീശിയടിച്ച കാറ്റിന്റെ കയ്യിലമർന്ന ചിത്രകാരന്റെ കണ്ണുകളിൽ അന്ധത വന്നുമൂടി. അയാൾ ആലോചന നിർത്തി ഉടനെ പറഞ്ഞു:

"ഇത് എന്റെ സങ്കല്പത്തിലെ വർണ്ണനയാണ്. വെറും സങ്കല്പം!"

"പണത്തിന്റെ കാര്യത്തിൽ ആശങ്ക വേണ്ട. പറഞ്ഞതിലും കൂടുതൽ തന്നെ തരണം ഇതിന്. വേറെ നിബന്ധനകൾ ഒന്നുമില്ലെങ്കിൽ തനിക്ക് പോകാം. പരസ്യപ്പലകയിൽ മഗ്ദലീന തൂങ്ങുമ്പോൾ മുൻകൂട്ടി അറിയിക്കാം."

ചിത്രകാരന് പണത്തിന്റെ കാര്യത്തിൽ സംശയമൊന്നും ഉണ്ടായിരുന്നില്ല. നഗരത്തിലെ ഏറ്റവും വലിയ വ്യാപാരിക്കല്ലേ തന്റെ ചിത്രം വിറ്റിരിക്കുന്നത്! എന്നിരുന്നാലും അയാൾ പലതവണയായി ആവർത്തിച്ച പറഞ്ഞ കാര്യം ഒരിക്കൽ കൂടി ഓർമ്മിപ്പിച്ചു:

"ഈ ചിത്രം ഞാനാണ് വരച്ചതെന്നത് സ്വകാര്യമായി തന്നെയിരിക്കണം."

വ്യാപാരി ചിത്രത്തിലേയ്ക്ക് സംശയഭാവത്തിൽ നോക്കിക്കൊണ്ട് ഒന്നിരുത്തി മൂളി.

തെരുവിന്റെ വശം പറ്റിച്ചേർന്ന് നടക്കുമ്പോൾ താൻ സമ്പന്നനാകാൻ പോകുന്നുവെന്ന വസ്തുത അയാളുടെ സ്വബോധവും ചീന്തിയെടുത്ത് പറക്കുകയായിരുന്നു. അയാൾ അന്ന് ആദ്യമായി മദ്യഷാപ്പിന്റെ രസം പിടിച്ച നടന്നു. ആദ്യമായി ഇറക്കിയ മദ്യം നാവിലൂടെ തുളയിട്ട് ആമാശയം വരെ നീളുന്ന റെയിലുവണ്ടി പോലെ പുതിയപുതിയ പാതകൾ സൃഷ്ടിച്ചു. മദ്യലഹരിയിൽ അയാൾ ഇതാദ്യമായി പാതിരാത്രി വീട്ടിൽ ചെന്നു കേറുന്നു.

"അമ്മേ... നമ്മള് രക്ഷപ്പെട്ടു... കേക്കുന്നുണ്ടോ... അമ്മേ..."

അയാൾ വീട്ടുമുറ്റത്തു നിന്നു കൂകിവിളിച്ച് അകത്തു കയറി. പിന്നെയും ശബ്ദമുയർത്തി വിളിച്ചു:

"അമ്മേ..."

അയാളുടെ ഉറയ്ക്കാത്ത നാവ് ഒന്നു വിറച്ചു. അടുപ്പത്ത് വേങ്കുഴലിലൂടെ ഇടതടവില്ലാതെ കനലൂതിക്കൊണ്ടിരുന്ന അമ്മ തിരിഞ്ഞുനോക്കി. മദ്യലഹരിയിൽ നിന്നാടുന്ന മകനെ അവർ നിറകണ്ണുകളോടെ നേരിട്ടു.

"അമ്മേ... എന്റെ മഗ്ദലീനേ! നമ്മൾ രക്ഷപ്പെട്ടു. ആദ്യമായി വലിയ വിലയ്ക്ക് എന്റെ ചിത്രം വിറ്റുപോയി. ഇനി മുതൽ നമ്മള് പണക്കാരാ."

അമ്മ വേങ്കുഴൽ മകന്റെ നേരെ ഓങ്ങിക്കൊണ്ട് പറഞ്ഞു:

"അതിന് വേണ്ടാത്ത ദുശ്ശീലങ്ങളൊക്കെ തുടങ്ങണോ?"

അവൻ വെറുതെ നിന്നാടുക മാത്രം ചെയ്തു.

അഴികളിൽ നിന്നും വീശിയ കാറ്റിൽ അടുപ്പിലെ കനൽ ആളിക്കത്തി. അവർ എഴുന്നേറ്റ് മകന്റെ മേൽക്കുപ്പായം ഊരി മേശപ്പുറത്ത് വച്ചിട്ട് പറഞ്ഞു:

"ഞാൻ കഴിക്കാൻ എടുത്തുവയ്ക്കാം."

അവൻ അമ്മയെ ഒന്നുഴിഞ്ഞു നോക്കി. പിൻ തിരിഞ്ഞു പോകുമ്പോൾ അവന്റെ വായിൽ എന്തൊക്കെയോ തികട്ടി വന്നു. അതും വിഴുങ്ങി അവൻ നടന്നു. അവർ മകനെ നോക്കി നെടുവീർപ്പിട്ടു:

"ഈശ്വരാ... എന്റെ കുഞ്ഞിനെ കാത്തോളണേ..."

ഓർമ്മയുടെ തലയ്ക്കൽ നിന്നും എടുത്തു താഴേ യ്ക്കു ചാടിയതുപോലെ അയാളുടെ വരണ്ടൊട്ടിയ ചുണ്ടുകൾ വീണ്ടും ശബ്ദിച്ചു:

"മഗ്ദലീന"

ആദ്യമായും അവസാനമായും തന്റെ വിരലുകളുടെ മാസ്മരികതയിൽ പിറന്നുവീണത്. അയാളുടെ കണ്ണുകൾ ചുവന്നുനിറഞ്ഞു. ഉച്ചത്തിൽ അയാൾ പൊട്ടിക്കരഞ്ഞു.

"അമ്മേ മാപ്പ്..."

ഒരിക്കൽക്കൂടി ഒരു ഭ്രൂണമായി അതേ അമ്മയുടെ മകനായി പിറന്നിരുന്നെങ്കിലെന്ന് അയാൾ ആഗ്രഹിച്ചുപോയി. മുറിയിലെ പെൺചിത്രങ്ങൾ തണുത്ത കാറ്റിനുവേണ്ടി കൊതിച്ചു.

കെട്ടുറപ്പില്ലാത്ത കുളിപ്പുരയിൽ അമ്മ കുളിക്കുന്നത് യാദൃശ്ചികമായി കണ്ടിട്ടുണ്ടെങ്കിലും പിന്നെയത് താനൊരു വിനോദമാക്കുമ്പോഴും അമ്മ നാണത്തോടെ തന്നെ ആട്ടിയോടിക്കുകയോ പൊട്ടിപ്പൊളിഞ്ഞ ഷീറ്റ് മാറ്റി വയ്ക്കുക യോ ചെയ്തില്ല. അന്ന് തന്നെ കുറുമ്പനെന്ന് ചൊല്ലി ആട്ടിയോടിച്ചിരുന്നെങ്കിൽ അമ്മ ഇന്നും തനിക്കൊപ്പമുണ്ടാകുമായിരുന്നില്ലേ! ആവേശമായിരുന്നു തനിക്ക് പിന്നീടങ്ങോട്ട്!

ഉറക്കഗുളിക കഴിച്ച് മയങ്ങാൻ കിടക്കുന്ന അമ്മയെ ഒരു മകന്റെ കണ്ണിലൂടെ നോക്കിക്കാണാൻ തനിക്കായില്ല. കണ്ടും അനുഭവിച്ചും വരച്ചും അമ്മയെ താൻ ചതിക്കുവായിരുന്നില്ലേ! അതിനൊക്കെ ഒടുവിൽ ശാരീരികാസ്വസ്ഥതകളോടെ അമ്മ മരണപ്പെടുമ്പോഴാണ് താൻ അറിഞ്ഞത്, അമ്മ ഗർഭിണിയായിരുന്നെന്ന്. അതിനും എത്രയോ ശേഷമാണ് ആ പാവം ആത്മഹത്യ ചെയ്തതാണെന്ന സത്യം താൻ തിരിച്ചറിയുന്നതും!

അയാൾ ചുവരിലെ ഛായാപടത്തിലേയ്ക്ക് ഒന്നുകൂടി നോട്ടമെറിഞ്ഞു. തന്റെ കൈയിലെ ചുവന്ന അക്ഷരങ്ങൾക്കു നേരെ ഉറ്റുനോക്കി.

“നാളെ മഗ്ദലീന അനാച്ഛാദനം ചെയ്യപ്പെടുന്നു.”

അയാൾ മൂടിയില്ലാത്ത ബൾബിലെ വെളിച്ചം കെടു ത്തിക്കൊണ്ട് പറഞ്ഞു. ജനവാതിൽ ശക്തിയോടെ കൊട്ടിയടയ്ക്കപ്പെട്ടു.

പിറ്റേന്ന് ഫ്ലോറൻസ് നഗരത്തിന്റെ വാണിജ്യ മുഖത്ത് പരസ്യപ്പലകയ്ക്കു മുന്നിൽ ആളുകൾ തടിച്ചുകൂടി. രണ്ടു കക്ഷത്തിലുമായി മദ്യക്കുപ്പിയും അടക്കിപ്പിടിച്ചു കൊണ്ട് അയാൾ ആൾക്കൂട്ടത്തിനു മുന്നിലേയ്ക്ക് കുതറിയടുത്തു. അയാളെ കണ്ട ജനം അടക്കം പറച്ചിലു തുടങ്ങി. ചിതറിക്കേട്ട ശബ്ദങ്ങളുടെ പ്രതിധ്വനി തുണ്ടുകളായി അയാളുടെ കാതിൽ വന്നു വീണു. അതിൽ നിന്നും ആവർത്തിച്ചു കേട്ടവ അയാളെ രസംപിടിപ്പിച്ചു തുടങ്ങി യിരിക്കുന്നു.

“മാന്യ ചിത്രകാരാ...”

“മാന്യ ചിത്രകാരാ..”

അയാൾ കക്ഷത്തിൽ നിന്നും വലിച്ചെടുത്ത വോഡ്ക വായിലോട്ടു കമഴ്ത്തി. ഉലഞ്ഞുതുള്ളുന്ന കണ്ണുകളെ നേരെയാക്കി അയാൾ പരസ്യപ്പലകയിലേയ്ക്ക് നോക്കിനിന്നു.

ചിത്രം അനാച്ഛാദനം ചെയ്യുന്നതിന്റെ പ്രകമ്പനങ്ങൾ ചുറ്റിലും കേട്ടു തുടങ്ങി. എല്ലാവരും മുകളിലേയ്ക്ക് കണ്ണു കൂർപ്പിച്ച് വായും പിളർത്തി നിൽക്കുകയാണ്. ഞൊറികളോടു കൂടിയ ചുവന്ന തിരശ്ശീല മറനീങ്ങിക്കൊണ്ടിരുന്നു. ആളുകൾ

“മഗ്ദലീന... മഗ്ദലീന...”

എന്ന് ഒരേസ്വരത്തിൽ വിളിച്ചു കൂവിക്കൊണ്ടുനിന്നു. അയാൾ മദ്യക്കുപ്പി തന്റെ വായിലേയ്ക്കടുപ്പിച്ചു. അവസാന ഇറക്കും നാവിലൂടെ തൊണ്ടയിലേക്കിറങ്ങുമ്പോൾ അയാൾ ഒരുനിമിഷം നിശ്ചലനായി. അവസാന തുള്ളി മദ്യം തൊണ്ടയിൽനിന്നും താഴേയ്ക്കു പോകാതെ അറച്ചു നിന്നു.

കണ്ണുകൾ ചുഴറ്റിനീക്കി അയാൾ അറിയാതെ ഉരുവിട്ടു പോയി:

“എന്റെ അമ്മ!”

ആ ചിത്രം ചട്ടക്കൂട്ടിൽ നിന്നും ഇറങ്ങിവന്ന് ആൾക്കൂട്ടത്തിനു നടുവിലൂടെ നടന്നു നീങ്ങുന്നത് അയാൾകണ്ടു. മുകളിലേയ്ക്കു കണ്ണുനട്ടിരുന്നവർ പട്ടിന്റെ അവസാന ഞൊറിയും അടർന്നുവീഴുന്നതുവരെ നോക്കി നിന്നു. തിരശ്ശീലയ്ക്കുള്ളിലെ ശൂന്യമായ വെളുത്തപ്രതലത്തിൽ നിന്നും കാഴ്ചക്കാരുടെ കണ്ണുകൾ താഴേയ്ക്കു കുമ്പിപ്പോയി. ഉന്നം തെറ്റിയ വേടന്റെ പരാജിതഭാവ

ത്തോടെ അടുത്ത ഇരയിലേയ്ക്ക് കൂർപ്പിച്ച അസ്ത്രമുനയുമായി ആൾക്കൂട്ടം ഒഴിഞ്ഞുനീങ്ങി ത്തുടങ്ങി.

അയാളുടെ കണ്ണുകൾ അപ്പോഴും ആൾക്കൂട്ടത്തിൽ നിന്ന് അദൃശ്യയായി നടന്നുനീങ്ങിയ തന്റെ അമ്മയുടെ നേരെയായിരുന്നു. മഗ്ദലീനയുടെ, തനിക്കു നേരെ തുറിച്ചു നോക്കുന്ന കണ്ണുകളിലേയ്ക്കായിരുന്നു. അവർ അയാളിൽ നിന്നും അങ്ങകലെ നീങ്ങിക്കഴിഞ്ഞിരുന്നു.

"മാന്യ ചിത്രകാരാ... മഗ്ദലീനയെ എവിടെക്കൊണ്ട് ഒളിപ്പിച്ചു?" അട്ടഹാസങ്ങൾക്കു നടുവിലൂടെ അയാളും അവിടെ ഒഴുകി നടന്നു. നിർജ്ജന മായി തുടങ്ങിയ പരിസരം വീക്ഷിച്ചുനീങ്ങിയ അയാൾ അങ്ങകലെ ഒരു പൊട്ടായി മാഞ്ഞുപോകുന്ന നഗ്നതയെ നോക്കി പറഞ്ഞു:

"മഗ്ദലീന"

ചുറ്റുപാടും അതാവർത്തിച്ചു:

"മഗ്ദലീന"

# പാർവ്വതി ഒരു ശിലയല്ല

ആകാശത്തിന്റെ കറുത്തനെഞ്ചിൽ സ്ത്രീയുടെ വേദനയുടെ കനൽ ക്കണ്ണിന്റെ മൂർച്ചയുരഞ്ഞപ്പോൾ പറന്ന തീപ്പൊരി ഗോളങ്ങളെപ്പോലെ ധൂമകേതുക്കൾ ചിതറിക്കിടന്നു.

ജനലഴികളിലൂടെ വീണമീട്ടുന്ന സംഗീതജ്ഞയുടെ ശ്രദ്ധയോടെ... താളബദ്ധമായി ആ വിരലുകൾ സാവധാനമങ്ങനെ വിടരാൻ തുടങ്ങി. മുഖത്തെ ഗാംഭീര്യവും കണ്ണുകളുടെ ചടുലതയും ആ യുവതിയെ അഴകുറ്റവളാക്കി. അവളുടെ കണ്ണുകൾ തന്റെ ഭർത്താവിന്റെ ശില്പാലയത്തിലേയ്ക്ക് വിരസതയോടെ പറിച്ചുനട്ടു. അവൾ തന്റെ ഭർത്താവിന്റെ കൈകൾ ഇന്ന് ജന്മം നൽകിയ മൂന്നാമത്തെ ശില്പത്തെ നോക്കി ആത്മഗതമെന്നോണം പറഞ്ഞു:

"ഇതൊരു പുരുഷശില്പമാണല്ലോ!"

ശില്പത്തെ ഒന്നുകൂടി സൂക്ഷിച്ചു നോക്കി ഉറപ്പുവരുത്തി:

"അതെ, അതൊരു പുരുഷൻ തന്നെ. അയാളുടെ കൈയിൽ ഒരു പക്ഷിക്കൂടും. സ്വർണ്ണനിറത്തിൽ കുറെ അഴി കളുള്ള ചെറിയൊരു കൂട്. അതിനുള്ളിലെ പക്ഷി എവിടേയ്ക്കാണ് പറന്നുപോയത്?"

അവളുടെ കണ്ണുകൾ കിളിവാതിലും കടന്ന് സ്വർണ്ണത്തളികയ്ക്കുമേൽ ചെന്ന് പതിച്ചു. അതിലെ സ്ഫടികാവരണത്തിൽ അവളുടെ രൂപം പ്രതിഫലിച്ചു. അവൾ ഭയം കൊണ്ട് കണ്ണുകൾ പിൻവലിച്ചു.

മുറിയുടെ ചുവരിൽ തന്റെ ഭർത്താവിന്റെ ചിരിക്കുന്ന ഫോട്ടോകൾ ആണിയടിച്ചു തൂക്കിയിരിക്കുന്നതിലൂടെ അവൾ കണ്ണോടിച്ചു. അതിന്റെ ഒരു മൂലയിൽ നിറംമങ്ങിയ അവരുടെ വിവാഹഫോട്ടോ തുരുമ്പിച്ച കമ്പി നാരിൽ കിടന്നാടി ക്കൊണ്ടിരുന്നു. അവൾ കണ്ണാടിക്കു മുന്നിൽ

നിന്ന് ഒരു നർത്തകീവേഷത്തിൽ തന്നെ സങ്കല്പിച്ചു. ഘടികാരത്തിന്റെ ടിക്-ടിക് ശബ്ദത്തിനോടൊത്ത് ചുവടുവച്ചു. മുഖത്തു ഭാവവും കൈകളിൽ മുദ്രയും മെയ് വഴക്കവും കൂടിയായപ്പോൾ അവൾ ഒരു അപ്സരസ്ത്രീയെപ്പോലെ തോന്നിച്ചു.

"ഈശ്വരാ! ഈ നൃത്തച്ചുവടുകൾ ഇന്നലെ അരങ്ങേറിയതുപോലെ ഞാൻ ഓർക്കുന്നു. എന്നെ നൃത്തം പഠിപ്പിച്ച ഭരതൻ മാഷിന്റെ പ്രശംസയും അനുഗ്രഹവും പാഴായി പ്പോയല്ലോ!"

"കുട്ടീ...ഈ ചിലങ്കയാണ് നിന്റെ ജീവിതം. നീ നന്നായി വരും."

"അദ്ദേഹം അന്നെന്റെ നെറുകയിൽ കൈവച്ച് അനുഗ്രഹിക്കുമ്പോൾ ഒട്ടും പ്രതീക്ഷിച്ചിരുന്നില്ല ഇന്നെനിക്ക് ഇങ്ങനെയൊക്കെ സംഭവിക്കുമെന്ന്."

അവളുടെ വാക്കുകൾ മുറിഞ്ഞു. കണ്ണാടിയിൽ നിന്നും മുഖം മാറ്റി അവൾ മേശയ്ക്കരികിലേയ്ക്ക് ചെന്നു. കുങ്കുമച്ചെപ്പിൽ നിന്നും ഒരുനുള്ള് കുങ്കുമമെടുത്ത് തന്റെ സീമന്തരേഖയിൽ ചാർത്തി. അപ്പോഴേയ്ക്കും അവളുടെ കണ്ണുകൾ നിറഞ്ഞൊഴുകാൻ തുടങ്ങി.

"താനെന്തൊരു വിഡ്ഢിയാണ്. ഇനി ഈ കണ്ണുകൾ നിറയാൻ പാടില്ല. മനസ്സിന്റെ ഉള്ളിൽ തളം കെട്ടിക്കിടന്ന കണ്ണുനീരെല്ലാം മറ്റുള്ളവർക്കായി പൊഴിച്ചതു മതി. ഒരു പെണ്ണും ഇനി കരയരുത്."

അവൾ നിലംപതിക്കാൻ തുടങ്ങിയ കണ്ണുനീർത്തുള്ളി വടിച്ചെറിഞ്ഞു. നിലത്ത് മുട്ടിന്മേൽ നിന്ന് കട്ടിലിനടിയിൽ വച്ചിരുന്ന പൊടിപിടിച്ച ഒരു തുകൽപ്പെട്ടി വലിച്ചെടുത്തു. പരുപരുത്ത ആ പ്രതലത്തിലൂടെ കൈകൾ ഉരസുമ്പോൾ സ്വാതന്ത്ര്യത്തിന്റെ മുന്തിരിവള്ളികൾ തന്റെ ശരീരത്തിലൂടെ ഇഴഞ്ഞുനീങ്ങുന്ന പ്രതീതിയെന്നവണ്ണം അവൾ ഞെരിപിരി കൊണ്ടു.

പെട്ടി പതുക്കെ തുറന്ന് കുറെ ആൽബങ്ങളും ഡയറികളും പുറത്തെടുത്തു. അതിന്റെ ഒരറ്റത്ത് നിറം മങ്ങിയ ഒരു മയിൽപ്പീലിത്തുണ്ട് അവൾ കാണാത്തതുപോലെ ഭാവിച്ചു. ആൽബത്തിലെ താളുകൾ ഓരോന്ന് മറിക്കുമ്പോഴും അവളുടെ ഹൃദയത്തുടിപ്പ് നിശ്ശബ്ദതയിൽ ആരവം സൃഷ്ടിച്ചുകൊണ്ടിരുന്നു.

"ദ്...പ്രശസ്ത നർത്തകി പത്മസുബ്രഹ്മണ്യത്തിന്റെ കൈയിൽ നിന്നും പുരസ്കാരം സ്വീകരിക്കുന്നതിന്റെ ഫോട്ടോ."

അവൾ ആ ഫോട്ടോ സൂക്ഷിച്ചു നോക്കി. താൻ ചിലങ്ക കെട്ടിയതിന്റെ അടയാളം ഇപ്പോഴും കാലിലുണ്ട്. ചിലങ്ക പൊട്ടിച്ചെറിഞ്ഞ ഭർത്താവിന്റെ ശകാരം കാതുകളിൽ മുഴങ്ങിക്കേൾക്കുന്നു.

“ഈ ചിലങ്ക ഞാൻ ഇനി തൊടില്ല. ദയവുചെയ്ത് എന്നെ അത് സൂക്ഷിക്കാനെങ്കിലും അനുവദിക്കണം.”

വിവാഹശേഷം ഒരു നർത്തകിയായി തുടരണമെന്ന തന്റെ മോഹം വ്യർത്ഥമായിപോയെന്നു മാത്രമല്ല, ചിലങ്ക പോലും ഒരു ഓർമ്മയായി തന്നിൽ അവശേഷിക്കാതിരിക്കാൻ അയാൾ ശ്രദ്ധിച്ചു. തന്റെ കലാജീവിതം ഓർമ്മപ്പെടുത്തുന്ന ഡയറികളും കത്തുകളും ഒരിക്കൽ അയാൾ ചുട്ടെരിക്കാൻ ശ്രമിച്ചതും അത് തന്റെ ശരീരം കൊണ്ടണച്ചതും അവൾ ഓർത്തു.

അവൾ പെട്ടി അടച്ചുവച്ച് കിടക്കയിലേയ്ക്ക് കമഴ്ന്നു വീണു. നഷ്ടപ്പെട്ട കലാജീവിതത്തിനുപകരം ഒരു അമ്മയായി, ഭാര്യയായി, ജീവിതകല ആസ്വദിക്കാനുള്ള ഭാഗ്യവും അവൾക്കുണ്ടായില്ല.

അവൾ കണ്ണുകൾ മെല്ലെ അടച്ചു. അവളിൽ നിന്നും വികാരത്തിന്റെ ഒരു ഞരക്കം അടർന്നുവീണു. അത് ചുവരിലെ കറുത്ത നിഴലുമായി കൂടിച്ചേർന്ന് കുറേനേരം നിശ്ചലമായ ങ്ങനെ കിടന്നു.

ഫോൺബെല്ലിന്റെ ആവർത്തിച്ചുള്ള ശബ്ദം കേട്ടാണ് അവൾ ഞെട്ടിയുണർന്നത്. തന്റെ ചുവെള്ളസാരി നേരെയാക്കി അവൾ കട്ടിലിൽനിന്നും എഴുന്നേറ്റു. ഫോണിന്റെ റിസീവ റെടുത്ത് ചെവിയിൽ വെച്ചു. രണ്ടു നിമിഷം അവൾക്കൊന്നും മിണ്ടാൻ കഴിഞ്ഞില്ല. വൃദ്ധയായ ഒരു അമ്മയുടെ സ്വരം ഫോണിലൂടെ ഒരു നിശ്വാസം പോലെ ഉയർന്നുകേട്ടു. ആ സ്വരം വലിയ ഭാരം ചുമക്കുന്നത് പോലെ അവൾക്കനുഭവപ്പെട്ടു.

“ഹലോ... മോളേ... ഹലോ...”

അവൾ കരച്ചിൽ പിടിച്ചമർത്തി നിന്നു. കഴുത്തിൽ വല്ലാത്തൊരു ഭാരം വലിഞ്ഞുമുറുകി.

“അമ്മേ...”

അവളുടെ മുഖവും ശരീരവും വല്ലാതെ വിയർത്തൊഴുകാൻ തുടങ്ങി. ഫാനിന് കാറ്റ് പോരാതായി.

“മോളെ... നീ അവിടെ സുഖായിരിക്കുന്നോ?”

“അതെ അമ്മേ.”

അവൾ ദീർഘമായി ഉച്ഛ്വസിച്ചു. നിശ്വാസത്തിന്റെ ദയനീയകഥ മറച്ചുപിടിച്ച് അവൾ തുടർന്നു:

“എനിക്കിവിടെ സുഖം തന്നെ.”

“വിശ്വന് സുഖക്കേടൊന്നും ഇല്ലല്ലോ?”

തന്റെ ഭർത്താവിന്റെ പേര് അമ്മയുടെ നാവിൽ നിന്നും കേട്ടപ്പോൾ അവൾക്ക് അപരിചിതത്വം അനുഭവപ്പെട്ടു.

"ഇല്ലമ്മേ."

നിറഞ്ഞുതുളുമ്പിയ മിഴികളോടെ അവൾ തുടർന്നു:

"അദ്ദേഹവും സുഖമായിരിക്കുന്നു. അച്ഛനും അമ്മക്കും സുഖമല്ലേ?"

ഒരു നിമിഷത്തെ നിശ്ശബ്ദതയ്ക്കു ശേഷമാണ് അമ്മ തുടർന്നത്:

"മോളെ... അച്ഛന് കുറച്ചീസായി വയ്യായ്ക കൂടീട്ട്ണ്ട്. കൊഴമ്പും കഷായോക്കെ തീർന്നിട്ട് രണ്ടാഴ്ചയായി. നിന്നെ കാണണോന്ന് എപ്പഴും പറയും. മോളെ ബുദ്ധിമുട്ടിക്കണ്ടാന്ന് വച്ച് ഞാനതൊന്നും മിണ്ടീല."

അവളുടെ തലയിൽ ഒരിടിത്തീ വീണപോലെ തോന്നി. തന്റെ ഇഷ്ടവും ഇഷ്ടക്കേടും പരിഗണിക്കാതെ ഒരു നർത്തകന്റെ മനസ്സിൽ നിന്നും തന്റെ മനസ്സ് പറിച്ച് ഒരു സമ്പന്നന്റെ കൈയിൽ ഏൽപ്പിച്ചപ്പോൾ തങ്ങളുടെ മകൾ ആഡംബരജീവിതം നയിക്കുമെന്നും അതിലൂടെ അവരുടെ ജീവിതവും മെച്ചപ്പെടുമെന്ന് അവർ ധരിച്ചിട്ടുണ്ടാകും. പക്ഷേ, അവൾ അവരെയെല്ലാം മറന്നു. അവളെപ്പോലും.

"മോളേ...വിശ്വന്റെ ശില്പനിർമാണോക്കെ നന്നായി പ്പോണില്ലേ?"

അവൾ അങ്ങകലെയിരുന്ന് പുകവലിച്ചെടുക്കുന്ന ഒരവ്യക്തരൂപത്തെ ജനലഴികൾക്കിടയിലൂടെ നോക്കിക്കൊണ്ട് ഒന്നു മൂളി:

"ങ്ഉം"

"നല്ല കാര്യം. അവൻ പ്രശസ്തനാവും. ഇന്നാള് പ്രശ്നം വച്ച കണിയാര് പറഞ്ഞു... മോൾക്ക് നല്ല ഐശ്വര്യം ഉണ്ടാവൂന്ന്. നീ ആടാനും പാടാനുമൊന്നും പോണില്ലാല്ലോ?"

"ഇല്ല."

അവളുടെ ശബ്ദം കനത്തു.

"അതൊന്നും വേണ്ട മക്കളെ. അല്ലെങ്കിത്തന്നെ ഇതൊക്കെ പെണ്ണുങ്ങക്ക് ചേരണ പണിയാ? ബർത്താവ് പറേണതു കേട്ടു ജീവിച്ചില്ലേല് ഒടുവിൽ നാട്ടുകാരോരോന്നും പറയും. വിശ്വന്റെ പ്രശസ്തീക്കെ കൂടുമ്പോ ഒരു മകൻ പിറക്കുന്നാ കണിയാര് പറേണത്. അതച്ചട്ടാകും. മോള് വിഷമിക്കാതെ."

അമ്മയുടെ നിഷ്ഫലമായ വാക്കുകളിലൂടെ അവൾ ഏറെനേരം മുങ്ങാംകുഴിയിട്ടു. അവളുടെ സീമന്തരേഖയിൽ തൊട്ട സിന്ദൂരം വിയർപ്പിൽ

കതിർന്ന് ഒരുതുള്ളിചോര പോലെ മൂക്കിലേക്കുരുണ്ടുവന്ന് കണ്ഠത്തിലൂടെ ഒഴുകി മാർത്തടങ്ങൾ തഴുകി പൊക്കിൾച്ചുഴിയിൽ ചൂഴ്ന്നിറങ്ങി. അതൊരു സുഖമുള്ള അനുഭൂതിയായി അവൾക്കുതോന്നി.

അവൾ ഫോണിന്റെ റിസീവർ നിലത്തുവെച്ച് ഇടറിയ ശബ്ദത്തിൽ പറഞ്ഞു:

"പെണ്ണായി പിറന്ന കുറ്റത്തിന് ശിക്ഷ അനുഭവിച്ചു തളർന്നു. ഇനിയും മിണ്ടാതിരുന്നാൽ ശിലാപ്രതിമകളെ വിൽക്കുന്നതുപോലെ അയാൾ എന്നെയും വിൽക്കില്ലെന്നാരറിഞ്ഞു?"

അവളുടെ മനസ്സിൽ ചിന്തകൾ അലസമായി നൃത്തം ചെയ്തു. ഒരു ദിവസം തന്നെ അന്വേഷിച്ച് ഒരുക്കൂട്ടം ആളുകൾ വന്നത് അവളോർത്തു.

"പ്രശസ്ത നർത്തകി പാർവ്വതിയുടെ വീടല്ലേ?"

വന്നവർ തിരക്കി. തന്റെ ഭർത്താവ് ശിൽപത്തിൽ നിന്നും കണ്ണെടുക്കാതെ ഉത്തരമെറിഞ്ഞു:

"അല്ലല്ലോ. നിങ്ങൾക്ക് വഴി തെറ്റിയിട്ടുണ്ടാകും. ഇത് എന്റെ വീടാണ്. നിങ്ങൾ കേട്ടിരിക്കും... വിശ്വനാഥൻ. പ്രശസ്തനായ ഒരു ശില്പിയാണ് ഞാൻ."

കൂട്ടത്തിലൊരാൾ ഒരു നിമിഷം ആലോചിച്ചു നിന്നശേഷം പറഞ്ഞു:

"ഇല്ല. ഇങ്ങനെയൊരാളെപ്പറ്റി ഇതിനു മുൻപ് കേട്ടിട്ടില്ല."

അവർ നടന്നകന്നപ്പോൾ അയാൾ പറഞ്ഞു:

"പെണ്ണുങ്ങളെ വീടുനോക്കിയിരിക്കാൻ സമ്മതിക്കുല. വിമോചന വാദികൾ."

അന്നു നഷ്ടപ്പെട്ട വ്യക്തിത്വം ഇതുവരെയും തനിക്ക് കണ്ടെത്താനായിട്ടില്ല. അവൾ എന്തൊക്കെയോ മനസ്സിലിട്ട് വിചാരം കൊള്ളുന്നുണ്ടായിരുന്നു. ഒടുവിൽ ആ മുഖം ശാന്തമായി. തന്റെ ഭാവി മുൻകൂട്ടി നെയ്തെടുത്ത സാഫല്യം അവളുടെ കണ്ണുകളിൽ നിറഞ്ഞു.

പിറ്റേന്നു രാവിലെ കുളിച്ച് നേര്യതുടുത്ത് തലമുടി അഴിച്ചിട്ട് ഒരു കപ്പ് കട്ടനുമായി അവൾ തന്റെ ഭർത്താവിനെ വിളിച്ചുണർത്തി. അർദ്ധനിദ്രയിൽ മേശപ്പുറത്ത് കൈകൊടുത്തു കസാലയിൽ ഇരുന്ന അയാൾ പിച്ചും പേയും പുലമ്പി. അവളുടെ മനസ്സിലേയ്ക്ക് ഇരമ്പിവന്ന വിരസമായ ജീവിതത്തിന്റെ നിർവികാരതയ്ക്കുമേലെ ഒരു കുളിർക്കാറ്റ് തൊട്ടു തലോടിപ്പോയി.

തടിച്ച പുരികങ്ങളും രോമാവൃതമായ താടിയും നെറ്റിയിലേക്ക് ചുരുണ്ടുകിടക്കുന്ന തലമുടിയും വലിയ ജുബ്ബയുമിട്ട അയാളെ കാണുമ്പോൾ ശില്പിയെക്കാളുപരി ഒരു കവിയായി തോന്നിച്ചു.

അയാൾ മേശയ്ക്കുമേൽ നിന്നും തലയുയർത്തി അവളെ നോക്കിയതും ഒരു അശ്ലീലവസ്തുവിനെ കാണുന്ന മാതിരി മുഖം ചുളിച്ചു. അവൾക്കപ്പോൾ അയാളോട് വല്ലാ ത്തൊരു ഈർഷ്യ തോന്നി.

ശിൽപനിർമ്മാണ നേരത്ത് ഒരു മാതൃകാരൂപമായി തന്നെ പ്രതിഷ്ഠിക്കു മ്പോൾ തോന്നുന്ന കൗതുകം വെറും സ്വാർത്ഥത മാത്രമാണെന്ന് അവൾക്ക റിയാം. അവളുടെ കണ്ണുകൾ ആയിരക്കണക്കിന് വരുന്ന ശില്പങ്ങളിലൂടെ അവജ്ഞയോടെ കടന്നുപോയി. ഏറ്റവുമധികം ശില്പങ്ങളെ നിർമ്മിച്ച ശില്പിയെന്ന ഖ്യാതി സമ്പാദിക്കാൻ വേണ്ടി ഉറക്കമുളച്ച് നിർമ്മിച്ചവ. ജീവനില്ല. കച്ചവടക്കാർ അല്ലാതെ മറ്റാരും വരാറില്ല. അഥവാ വന്നാലും താൻ കണ്ടിട്ടില്ല. അവൾ മനസ്സ് ശാന്തമാക്കി പറഞ്ഞു:

“ഞാൻ ക്ഷേത്രത്തിൽ പോകുന്നു.”

വാടിത്തളർന്ന താമരയിതൾ തണുത്ത വെള്ളത്തിലേയ്ക്ക് പതിക്കാൻ തുടങ്ങുമ്പോഴുള്ള വികാരവിക്ഷോപം അവളുടെ കണ്ണുകളിൽ ദൃശ്യമായി രുന്നു. അവൾ അയാളുടെ മറുപടിക്ക് കാതോർക്കാതെ മുന്നോട്ടുനടന്നു. കുറേ ദൂരം നടന്നു കഴിഞ്ഞ് അവൾ അയാളെയൊന്നു തിരിഞ്ഞുനോക്കി. അയാളുടെ കൈകൾ പുതിയൊരു ശില്പത്തിനു ജന്മം കൊടുക്കുന്നതു കണ്ട പ്പോൾ അവൾ മനസ്സിൽ പറഞ്ഞു:

“ആകർഷണീയത മന്ദീഭവിക്കാത്തതും നരയ്ക്കാത്ത തും നാറാത്തതു മായ ഈ ശില്പങ്ങൾ തന്നെയാകും അയാൾക്ക് തന്നെക്കാൾ പ്രിയം.”

വികൃതമായ ചിരിയോടെ അയാൾ ശില്പത്തിന്റെ അവസാനകൊത്തു പണികൾ പൂർത്തീകരിച്ചു. എന്നിട്ട് വല്ലാത്തൊരു അഭിമാനത്തോടെ സ്വയം പറഞ്ഞു:

“മൂന്നുവർഷങ്ങൾ കൊണ്ട് ഞാൻ മുവായിരം ശില്പങ്ങളുടെ പിതാവായി. ഈ കലയ്ക്ക് ഇനിയൊരു ഇടവേള. തന്റെ ശില്പകല അഭ്യസിക്കാൻ തനി ക്കിനിയൊരു മകൻ ജനിക്കണം. ഞാൻ ശ്രീബുദ്ധനെപ്പോലെ വിവാഹം ചെയ്ത പെണ്ണിനെ ഉപേക്ഷിച്ചില്ലല്ലോ. അവൾ ഒരു പെണ്ണല്ലേ. എന്റെ കർത്തവ്യബോധം അവൾക്ക് മനസ്സിലാകും.”

അയാളുടെ സ്വാർത്ഥത അത്രയ്ക്കും മൃഗീയമായിരുന്നു. ഉച്ചവെയിലിന്റെ കനത്തചൂടിൽ അയാൾ വിയർത്തൊലിച്ചു.

“അവൾ ഇത്രയും വൈകുന്നതെന്തുകൊണ്ടാണ്?”

അയാളുടെ അധികാരസ്വരം ശില്പങ്ങളിൽ തട്ടി പ്രതിധ്വനിച്ചു. ആ

പ്രതിധ്വനി മൂന്നുവർഷമായി കൂടെക്കഴിയുന്ന ശില്പങ്ങളുടെ പ്രതികരണ മെന്നോണം അയാളുടെ കാതുകളിൽ വന്നടിച്ചു.

"വിശക്കുന്നുണ്ടോ പിതാവേ?"

ശില്പങ്ങളിൽ നിന്നും ആ ശബ്ദം പറന്നുവന്ന് തന്റെ കാതുകളെ കോരി ത്തരിപ്പിക്കുന്നതായി അയാൾക്കു തോന്നി.

"ഉം...ഉണ്ട്. പക്ഷേ...ഉദരത്തിനല്ല!"

അയാൾ ക്ഷൗരം ചെയ്തിട്ടില്ലാത്ത താടി തടവി പറഞ്ഞു:

"വേഗം വരൂ പാർവ്വതി..."

ഗേറ്റു തുറക്കുന്ന ശബ്ദം കേട്ടതും അയാളുടെ കണ്ണുകൾ ആർത്തിയോടെ ശബ്ദംകേട്ട ദിശയിലേക്ക് ഓടിയടുത്തു. എന്നാൽ ഒരു അപരിചിതൻ പാർവ്വതിയുമൊത്ത് നടന്നുവരുന്നതുകണ്ട് അയാൾ സംശയഭാവത്തോടെ നെറ്റി ചുളിച്ചു. പാർവ്വതി വിശ്വനാഥനുമുന്നിൽ വന്ന് തനിക്കൊപ്പമുള്ള ആളെ പരിചയപ്പെടുത്തി:

"ഇദ്ദേഹം എന്റെ നർത്താധ്യാപകൻ ഭരതൻ മാഷ്."

വിശ്വനാഥന്റെ മുഖത്ത് യാന്ത്രികമായൊരു ചിരി പടർന്നു.

പാർവ്വതിയുടെ പതിവായുള്ള ക്ഷേത്രദർശനം ഭരതൻമാഷിനോട് തന്റെ വേദനകളെല്ലാം പറഞ്ഞറിയിക്കാൻകൂടിയുള്ളതായിരുന്നു. വിവാഹശേഷം മൂന്നാം വർഷവും തന്റെ ദാമ്പത്യജീവിതം മാറ്റമില്ലാതെ തുടരുന്നതറിഞ്ഞ പ്പോൾ മാഷ് തന്നെ അവളോടു ചോദിച്ചു:

"മോളെന്നോടൊപ്പം പോരുന്നോ? നിന്റെ മനസ്സു കവർന്ന നർത്ത കനുമൊന്നിച്ച് ഇനിയുള്ള കാലം ജീവിക്കാൻ?"

അവളിൽ സന്തോഷം തിരയടിച്ചുയർന്നു. താനും ഭരതൻ മാഷിന്റെ മകനും തമ്മിലുണ്ടായിരുന്ന പ്രണയത്തിന് ഒരു പുതുജീവൻ ഉണ്ടാകുമെന്ന് അവൾ കരുതിയിരുന്നില്ല. അവളുടെ മനസ്സിൽ ഭരതൻ മാഷിന്റെ വാക്കു കൾ വന്നടിച്ചു:

"പെണ്ണിനെ വികൃതമായി കൊത്തിയുണ്ടാക്കുന്ന ശില്പിയെ വച്ചിരു ന്നൂട മോളെ."

പാർവ്വതി തന്റെ മൗനം ഭേദിച്ചുകൊണ്ട് സധൈര്യം തലയുയർത്തി പ്പിടിച്ച് വിശ്വനാഥന്റെ മുഖത്തുനോക്കി പറഞ്ഞു:

"പ്രതിമ കണക്കെയുള്ള ഈ ജീവിതം ഞാൻ അവസാനിപ്പിക്കുന്നു. ഒരു പെണ്ണായി ജനിച്ചതിൽ ഇനിയെങ്കിലും എനിക്കഭിമാനിക്കണം. നിങ്ങൾ ചാരമാക്കിയ എന്റെ സ്വത്വം എനിക്ക് തിരിച്ചുപിടിക്കണം."

വിശ്വനാഥൻ എന്തോ പറയാൻ തുടങ്ങിയതും അവൾ തന്റെ കഴുത്തിൽ നിന്നും താലിമാല പൊട്ടിച്ച് അയാൾക്കു നേരെ എറിഞ്ഞു. അത് ഒരു ശില്പത്തിന്റെ കഴുത്തിൽ ചെന്നു വീണ് ഉദാസീനമായി ആടിക്കൊണ്ടിരുന്നു. അയാൾ ഭയപ്പെടുത്തുന്ന നോട്ടത്തോടെ ചോദിച്ചു:

"നീ ഒരു പെണ്ണാണോടീ?"

വിശ്വനാഥന്റെ കൈ അവൾക്ക് നേരെ ഉയർന്നു.

"വേണ്ട. അതിനുള്ള അർഹത നിങ്ങൾക്കില്ല."

അവളുടെ ശബ്ദം ദൃഢമായിരുന്നു. വിശ്വനാഥൻ കൈ പിൻവലിച്ചു. അവളുടെ പ്രതികരണം ശക്തമായിരുന്നു.

"ആണിന്റെ സ്വാതന്ത്ര്യം കാണിക്കാൻ ജന്മമെടുത്ത പ്രതിമയൊന്നുമല്ല ഒരു പെണ്ണും."

ഭരതൻമാഷ് അടക്കം പറയുന്ന സ്വരത്തിൽ വിശ്വനാഥ നോടായി പറഞ്ഞു:

"ഈ കുട്ടിയുടെ സങ്കടം കണ്ടിട്ട് ഇവിടെ ഒറ്റയ്ക്കാ ക്കിയിട്ടു പോവാൻ തോന്നണില്ല."

അദ്ദേഹം പാർവ്വതിയെ നോക്കി ചോദിച്ചു:

"കുട്ടീ...നീ വരണുണ്ടോ... ഈ മാഷിന്റെ മകളായി ഇനിയുള്ള കാലം ജീവിക്കാൻ?"

അദ്ദേഹത്തിന്റെ വാക്കുകൾ കേട്ടപ്പോൾ അവളുടെ കണ്ണുകളിൽ സ്ഫുരിച്ച കാന്തികതയിൽപെട്ട് തന്റെ ശില്പങ്ങൾ ഉടഞ്ഞുതകരുന്നതുപോലെ വിശ്വനാഥന് അനുഭവപ്പെട്ടു.

പാർവ്വതി നേര്യതിന്റെ അറ്റംകൊണ്ട് തന്റെ നെറ്റിയിലെ വിയർപ്പിന്റെ കുഞ്ഞരിപ്പൂവുകൾ തുടച്ചുമാറ്റി. നെറ്റിയിൽ തൊട്ട ചന്ദനവും വിയർപ്പിൽ കുതിർന്ന് മൂക്കിലൂടെ ഒലിച്ചു നീങ്ങിക്കൊണ്ടിരുന്നു.

അവൾ ഒന്നും മിണ്ടാതെ അകത്തു കയറി. തന്റെ മുറിയിൽ ചെന്ന് അവൾക്കു പ്രിയപ്പെട്ട തുകൽപ്പെട്ടി കൈയിലെടുത്തു. തന്റെ കഥകളുറങ്ങുന്ന ആ മുറിയിൽനിന്നും ഉഷ്ണക്കാറ്റ് പുറത്തേയ്ക്കു ശക്തിയായി പ്രവഹിച്ചു. അതിനു ചുവടുപിടിച്ച് അവളും പുറത്തേക്കു ചലിച്ചു.

പൊതുനിരത്തിലൂടെ കറുപ്പ് വസ്ത്രധാരികളായ രണ്ടു യുവതികൾ അയ്യപ്പകീർത്തനം പാടിക്കൊണ്ട് പോകുന്നുണ്ടായിരുന്നു. അവരിലൊരാൾക്ക് നങ്ങേലിയുടെ മുഖച്ഛായ തോന്നിച്ചു.

ഭരതൻമാഷ് പാർവതിയുടെ കൈ പിടിച്ച് ആ നാലുമതിൽക്കെട്ടു കടന്ന് ഇടനാഴിയിലൂടെ നടന്നുപോയി. വിശ്വനാഥൻ ഒരു നടുക്കത്തോടെ തന്റെ ശില്പങ്ങളെ നോക്കി.

ജീവനുള്ള മനുഷ്യരൂപങ്ങളെപ്പോലെ അവ ചലിക്കുകയും ശബ്ദമുണ്ടാക്കുകയും ചെയ്യുന്നതായി അയാൾക്കു തോന്നി. വളരെപ്പെട്ടെന്നുതന്നെ അവ തന്നിലേ ക്കടുത്ത് അസഹ്യമായ കോലം തുള്ളുന്നതുപോലെ വിശ്വനാഥന് അനുഭവപ്പെട്ടു!

# മൃത്യുഗന്ധം

നിലവിളി ഉയരാത്ത വായുടെ അറ്റവും കടിച്ചുതുങ്ങി നിൽക്കുന്ന കുറെ കണ്ണുകളുടെ മൗനപരിഹാസങ്ങൾ മുഖംമൂടി അഴിഞ്ഞ് നഗ്നമായിത്തുടങ്ങി. തൂങ്ങിയാടിക്കൊണ്ടിരുന്ന ഒരുമുഴം കയറും കയറി നരികിലൂടെ അട്ടഹസിച്ചു കൊണ്ട് ഉലാത്തുന്ന ഒരു മധ്യവയസ്കനും എത്ര പെട്ടെന്നാണ് കയറിൽ കിടന്ന് തൂങ്ങിയാടുന്ന ഒരപൂർവ്വ കോലമായി എന്റെ കാഴ്ചയിൽ പ്രവേശിച്ചതെന്ന് എത്ര ആലോചിച്ചിട്ടും ഒരുത്തരവും കിട്ടുന്നില്ല. എല്ലാ കണ്ണുകൾക്കും മധ്യത്തിൽ എന്റെ കണ്ണുകളും ചോദ്യങ്ങൾ അഴിച്ചിട്ട് നിൽപ്പാരംഭിച്ചിട്ട് മണിക്കൂറുകൾ പിന്നിടുന്നു.

ഏറിയാൽ നാലുമണിക്കൂർ. അത്രേ ആവു, ഞാൻ ഇതുവഴി കടന്നു പോയിട്ട്. വീടിന്റെ രണ്ടാമത്തെ നിലയിൽ ചായ്ഞ്ഞുകിടക്കുന്ന മാവിൽ ഊഞ്ഞാലിടാനെന്നവണ്ണം ഒരുമുഴം കയറും ആറോ ഏഴോ വയസ്സ് പ്രായമുള്ള ഒരു കുട്ടിയും അവരുടെകളിയും ചിരിയും വിദൂരമായെങ്കിലും എന്നിലേയ്ക്ക് വന്നുനിറയുകയാണ്. ആ കാഴ്ച മനസ്സിൽ നിന്നും മറയുന്നതിനു മുമ്പേ ഇരുട്ടടിക്കുന്നതുപോലെ പകലിനെ ദഹിപ്പിച്ച ഈ മരണവും!

വിധിയാണെല്ലാറ്റിനും ഉത്തരമെന്നോണം യാഥാർത്ഥ്യങ്ങൾ അയഥാർത്ഥ്യങ്ങൾക്ക് പിന്നിൽ ഒളിക്കുന്ന ഭീകരമായൊരവസ്ഥപോലെ എന്തോ ഒന്ന് എന്നിലേക്കും വന്നുപതി ക്കാൻ തുടങ്ങി.

"മോളെ...നീ അങ്ങോട്ട് മാറി നിക്ക്. ഇതൊന്നും കാണണ്ട""

എന്റെ തോളിൽ തട്ടിക്കൊണ്ട് ഗൗരവത്തോടെ പറഞ്ഞ ആ സ്ത്രീയെ ഞാൻ ഇതിനു മുമ്പ് കണ്ടിട്ടില്ല. ഞാൻ അവർക്കു പിന്നിലായി മാറിനിന്ന് മുകളിലേയ്ക്ക് കണ്ണുകൾ പായിച്ച് പിന്നെയും ആ നിൽപ്പ് തുടർന്നു.

"ആത്മഹത്യ ചെയ്യാൻ മാത്രം എന്താണ് സംഗതി?"

ചുറ്റിലും പടർന്നുകേൾക്കുന്ന ചോദ്യങ്ങൾ കടമെടുത്ത് ഞാനും അറിയാതെ അതാവർത്തിച്ചു പോയി. കുറച്ചുമുന്നേ ഞാൻ ഇതിലേ കടന്നുപോകുമ്പോൾ കേട്ട സന്തോഷത്തിന്റെ തുറന്ന ആർപ്പുവിളികൾ മൗനമായി മൂടിയടഞ്ഞെന്ന് അത് നേരിൽ കാണുമ്പോഴും വിശ്വസിക്കാൻ വയ്യ. തിരിച്ചു വരുമ്പോൾ ഒരുഞ്ഞാലും അതിൽ ഇരുന്നാടുന്ന കുട്ടിയെയും ഞാൻ മനസ്സിൽ സങ്കൽപ്പിച്ചുപോയതാണ്. അരികിൽ പൊട്ടിച്ചിരിച്ചുകൊണ്ടു നിൽക്കുന്ന ആ വയസ്സനെയും! എന്താണ് ഇത്രവേഗം സംഭവിച്ച തെന്ന് മനസ്സിലാകുന്നില്ല. കൊലക്കയറായി പരിണമിച്ച ആ കയറിൽ എന്റെ കണ്ണുകൾ കുരുങ്ങി.

"പൊട്ടൻ അപ്പുന് ആത്മഹത്യ ചെയ്യാൻ എന്താണ് കാരണം?" കൂടിനിൽക്കുന്നവരുടെ ചോദ്യങ്ങൾക്ക് സഞ്ചരിക്കാൻ ഒരു തടസ്സവും നേരിടുന്നുണ്ടായിരുന്നില്ല.

"അവൻ പൊട്ടനാണെങ്കിലും ഉപകാരമുള്ളവനാ."

"കഷ്ടമായിപ്പോയി..."

"എന്തു പറയാൻ? വിധി!"

മുതിർന്നവരുടെ അടക്കംപറച്ചിലുകൾ അവിടെയാകെ പരന്നുകേട്ടു. ഒടുവിൽ ജഡം അഴിച്ചെടുക്കാനുള്ള ശ്രമമായി.

"പൊട്ടന് മക്കൾ അഞ്ചാ. എന്നിട്ടെന്തു ഫലം? ഒറ്റയ്ക്കല്ലേ! ഭാര്യയും പിന്നെ സഹായത്തിന് ഒരു ചെക്കനും മാത്രമേയുള്ളു ഇവിടെ."

തലയ്ക്കും താടിക്കും കൈകൊടുത്ത് നാട്ടുകാർ അവരവരുടെ വിഷമങ്ങൾ പറഞ്ഞും പറയാതെയും മറ്റുള്ളവരെ അറിയിക്കുന്നു. കഴുത്തിൽ കയറിനോടൊപ്പം കുരുങ്ങിയിരുന്ന മാവിന്റെ ചില്ല എടുത്തുമാറ്റി ജഡം താഴെയിറക്കി. പുറത്തേയ്ക്കു ചാടിയിരിക്കുന്ന കണ്ണുകളും തള്ളിനിൽക്കുന്ന നാവും കുഴഞ്ഞുവീഴുന്ന ശരീരവും കണ്ടിട്ടാകണം പലരുടെയും നോട്ടം എങ്ങും ഉറച്ചുനിന്നില്ല. അഴിഞ്ഞു വീഴുന്ന വർത്തമാനങ്ങൾക്കു നടുവിൽ നിന്നും ആ മെലിഞ്ഞ ശരീരം അകത്തേയ്ക്ക് എടുക്കപ്പെട്ടു. നാടകം കഴിഞ്ഞ് അരങ്ങൊഴി യുന്നതുപോലെ എല്ലാവരും അവിടം കാലിയാക്കാൻ തുടങ്ങി. വഴി തടസ്സപ്പെടുത്തി നിർത്തിയിട്ടിരുന്ന വാഹനങ്ങൾ വലിയ അലർച്ചയോടെ മുന്നോട്ട് കുതിക്കാനും.

വീടിനുള്ളിൽ നിന്നും മൗനമായ് കേൾക്കുന്ന നിലവിളിയിൽ സങ്കടമില്ലെന്നു കലഹിച്ചുകൊണ്ട് കാറ്റ് ചുറ്റുപാടും പരിഭ്രാന്തമാക്കിക്കൊണ്ട് കടന്നുപോയി. മരിപ്പറിഞ്ഞുവന്നവർ കണ്ണുകുത്തിയുണ്ടാക്കിയ കണ്ണുനീർ അവിടെയാകെ ഉപേക്ഷിച്ചിട്ട് പൊയ്ക്കളഞ്ഞു. ഒച്ചവെക്കാതെ വീട്ടുകാരി കരയുന്നത് ചുറ്റിലും മുഴങ്ങിക്കേൾക്കുന്ന ഒച്ചപ്പാടുകളിൽപ്പെട്ട് ബാഷ്പമായിപ്പോയി.

ഞാൻ ആ വലിയ വീടും വീട്ടിൽ വന്നുപോകുന്ന വരെയും നോക്കിയങ്ങനെ നിന്നു. അപരിചിതമായ ആ പരിസരവും ആൾക്കാരും എന്നിൽ ഒരു പരിചയഭാവം എവിടെയൊ കുറിച്ചിട്ടെന്നു പറയാതെ പോകാൻ വയ്യ. ഞാൻ അറിയാതെ ആവർത്തിച്ചുപോയി:

"എന്താണ് ആ വൃദ്ധൻ ആത്മഹത്യ ചെയ്യാൻ കാരണം?"

ചുറ്റിലും ഒരു ഭ്രാന്തന്റെ നിലവിളി കാതുകളിൽ ചിതലരിക്കപ്പെടുന്ന അസ്വാസ്ഥ്യം പോലെ എന്നിലേയ്ക്ക് വന്നുപതിച്ചുകൊണ്ടിരുന്നു. അധികം വൈകാതെ ഞാനും അവിടം കാലിയാക്കി. വീട്ടിൽ എത്തിയിട്ടും ചിന്തകളുടെ കുതറിയോടൽ എന്നെ മുഴുവനായി വിഴുങ്ങിക്കഴിഞ്ഞിരുന്നു. ചന്ദനത്തിരിയുടെ ഗന്ധം മൂക്കിലേയ്ക്ക് അരിച്ചിറങ്ങി ശ്വാസംമുട്ടിക്കുന്നു. ഇനിയും മറന്നിട്ടില്ലാത്ത ആ അട്ടഹാസവും കഥയെന്താണെന്നറിയാൻ എന്നിൽ ചുറ്റിപ്പറ്റി നിൽക്കുന്നു. കാഴ്ചകൾ ഒട്ടും വിദൂരമല്ലാത്തവിധം എന്നിൽ ഇഴുകിച്ചേർന്നു കിടക്കുന്നു. ഉത്തരമില്ലാത്ത എന്റെ ചോദ്യങ്ങൾക്ക് അട്ടഹാസം ഒരുത്തരമായി തൊടുത്തുവിടുന്ന അയാളുടെ വൈദഗ്ധ്യം എന്നിൽ ഒരു അതിശയമായി ബാക്കികിടന്നു. ഞാൻ അറിയാതെ മയക്കത്തിലേയ്ക്ക് വഴുതിവീഴുകയായിരുന്നു.

പിറ്റേദിവസം രാവിലെ സങ്കീർണ്ണമായ ആ ചോദ്യവും മനസ്സിലിട്ട് യാത്രതിരിച്ചതാണ്. ഒരിടത്തും എത്താത്ത ഒരു നിസ്സഹായത മനസ്സിനെ പിന്നിലേയ്ക്കു വലിച്ചുകൊണ്ടിരുന്നു. മരണവീടിനു മുന്നിലെ ആൾക്കൂട്ടത്തിനിടയിലൂടെ ഞാൻ ഒറ്റയ്ക്കെന്നപോലെ സഞ്ചരിച്ചു.

എന്തായിരുന്നു ആത്മഹത്യയ്ക്ക് ഹേതു? സാക്ഷി മൊഴിവിസ്താരങ്ങളുടെ ഇടയിൽ കിടന്ന് താൻ ശ്വാസം മുട്ടുന്നുവെന്ന് സ്തംഭിച്ചുകിടക്കുന്ന ആ ശവം പറയുന്നതായി എനിക്ക് തോന്നി. തന്നെ അടക്കം ചെയ്യാൻ ഒരുങ്ങിയിരിക്കുന്ന ശവപ്പെട്ടിയോട് കലഹിച്ച മട്ടിലാണ് അയാളുടെ കിടപ്പ്.

വീട്ടുകാരി ഉമ്മറത്തെ സോപാനത്തിൽ ചാരി കണ്ണുകൾ ശവപ്പെട്ടിയിൽ അഴിച്ചിട്ടിരിപ്പാണ്.

നിശ്ശബ്ദത കുറുകി. പെട്ടെന്ന് ശവപ്പെട്ടിയിലേയ്ക്ക് നീണ്ട അയാളുടെ ജഡം തള്ളിമാറ്റി വീട്ടുകാരി അതിനുള്ളിലേയ്ക്ക് ചാടിക്കയറി തന്നെ അടക്കം ചെയ്യാൻ കല്പിച്ചു. അവരുടെ ജല്പനങ്ങൾ ചുറ്റുപാടും പരിഭ്രാന്തി പരത്തി. നാട്ടുകാർ അവരെ പിടിച്ചുമാറ്റാൻ ശ്രമിച്ചു. അവർ അനങ്ങാതെ ശവപ്പെട്ടിയിൽ തന്നെ മലർന്നുകിടന്നു. അവരുടെ മക്കൾ അവരെ അനുകൂലിച്ചു:

"അമ്മയുടെ ആഗ്രഹത്തിന് ഞങ്ങൾ എതിര് നിക്കണില്ല."

അവർ കിടന്ന് കുലുങ്ങിച്ചിരിച്ചു.

"ഹാവൂ... ന്റെ കുട്ടികള് ആദ്യായിട്ട് അമ്മേടെ മനസ്സ് കണ്ടല്ലോ. സന്തോഷായി."

അവരെ രണ്ടുപേരെയും അടുത്തടുത്ത ശവപ്പെട്ടികളിൽ അടക്കം ചെയ്തു.

പെയ്തുതോർന്ന മഴ പോലെ അന്തരീക്ഷം ശാന്തമായി. വീട്ടുകാരിയുടെ മുറുമുറുപ്പ് നണക്കുഴിയിലെ നിഷ്കളങ്കത പോലെ പരന്നു.

ഇരുളും മുറുകുന്ന വിധിയും പിരിയുന്ന

വെറുതെ ജീവിപ്പത്, കഷ്ടം!

വാഴ്വിനെ തിരുത്തുവാൻ

വെറുതെ മരിക്കുവതാണ് രസം!

# ഹിജാബ്

മൊബൈൽഫോണിന്റെ മിനുസതയിലൂടെ കൈ വിരലു പരതിക്കൊണ്ടു നിൽക്കുമ്പോഴാണ് വീരാൻകുട്ടി ബോധരഹിതനായി വീഴുന്നത്. എഴുന്നേൽപ്പിച്ച് ചാരുകസേരയിൽ കിടത്തി മുഖത്ത് വെള്ളം തളിച്ചപ്പോഴുണ്ട് അയാൾ കരയ്ക്കെടുത്തിട്ട വരാല് പോലെ പിടഞ്ഞുപിടഞ്ഞ് കസേരയിൽ നിന്ന് കുതറി എണീക്കുന്നു. ചുറ്റും നിന്ന ഭാര്യയും മക്കളും പരിഭ്രാന്തരായി. ബാപ്പാ എന്ന് മക്കളും ഇക്കാ എന്ന് ഭാര്യയും അലമുറയിട്ടു. വീരാൻകുട്ടി ഉള്ളംകൈയിൽ ഞെക്കിപ്പിടിച്ചിരുന്ന ഫോണിന്റെ പൂട്ടഴിച്ച് സ്ക്രീനിൽ നോക്കി പരവശനായി നിന്നു. പുറകിൽ നിന്ന മൂത്തമകൻ സെയ്യിദ് തലതാഴ്ത്തിയും ഇളയത് ഉമ്മയുടെ ഒക്കത്തിരുന്നും ബാപ്പയുടെ ഫോണിലേക്ക് ഒളിയിട്ടു നോക്കി. വീരാൻ കോപം കൊണ്ട് ഉലഞ്ഞു.

"കുലം മുടിപ്പിക്കാനായിട്ട് ഓരോന്നിനെ പിഴപ്പിച്ചിട്ടേ ക്കണ്."

അയാൾ ഫോണെടുത്ത് ഊക്കത്തോടെ കസേരയിൽ വച്ചു.

"മുട്ടാക്കില്ലാതെ നടക്കാൻ അഞ്ചുനേരം നിസ്കരിക്കണ പെണ്ണുങ്ങക്ക് പറ്റോ? അതിന് അതീങ്ങള് നിസ്കരി ക്കുന്നുണ്ടാവോ? ഇതെങ്ങോട്ടാണ് പടച്ചോനെ കാലത്തിന്റെ പോക്ക്?"

വീരാന്റെ ബീവിക്ക് സംഗതി കത്തി. ഈയിടെ കേട്ട് പൊള്ളി നിൽക്കുന്ന ഹിജാബാണ് വിഷയമെന്ന് ബീവി മീരയ്ക്ക് തിരിഞ്ഞു. ഓർക്കാപ്പുറത്തായിരുന്ന മീരാബീഗ ത്തിന്റെ ഒക്കത്തിരുന്ന നാല് വയസ്സുകാരൻ അഹമ്മദ് ബാപ്പയോട് ചോദിച്ചത്:

"മദ്രസേ പോകുമ്പോ ഞാനും മുട്ടാക്കിടട്ടെ വാപ്പാ?"

ആൺകുട്ടികളല്ല പെൺകുട്ടികളാണ് മുട്ടാക്ക് ധരിക്കേണ്ടത് എന്ന് തിരുത്തിപ്പറയാനുള്ള സാമർത്ഥ്യം വീരാൻകുട്ടിക്കുണ്ടായിരുന്നു. കൂട്ടത്തിൽ ബീവിയോട് രഹസ്യ മായി പറഞ്ഞു:

"ഇജ്ജ് ജാതീം മതോം നോക്കാണ്ട് ന്നെ നിക്കാഹ് കയിച്ചതെന്ന് പിള്ളേരൊന്നും അറിയണ്ട. അറിഞ്ഞാപ്പിന്നെ കാഫറാണെന്ന് ബച്ച് അന്നെപ്പുടിച്ചറുക്കാൻ ന്റെ ആൺമക്കള് വളയും."

മീര കാറ്റത്ത് പറന്ന തലമുടി മുട്ടാക്കിനുള്ളിൽ ആഴ്ത്തി അതിനെ മാനം കാണിക്കാതെ മറച്ചുവച്ചു.

പണ്ട് ക്യാമ്പസ്സിന്റെ ചുവരുകൾക്ക് പുറത്ത് മതേതരത്വം കൊട്ടി ഘോഷിച്ചുകൊണ്ട് നടന്ന തന്റെ നാവ് ഇന്ന് വാക്ക് മുട്ടി വലഞ്ഞതിൽ അവൾ അത്ഭുതം കൂറിയില്ല. വീരാനെ പ്രണയിച്ച് മതം മാറി നിക്കാഹ് കഴിക്കുമ്പോൾ മുതൽ തനിക്ക് അപ്രാപ്യമായിക്കൊണ്ടിരുന്ന വലിയൊരു ലോകം അവളോടൊപ്പം മെലിഞ്ഞ് ആയുസ്സ് വറ്റിക്കൊണ്ടിരുന്നു. കൊടുങ്കാറ്റ് പോലെ ദൂരെനിന്നും വീശിത്തുട ങ്ങുന്ന മാറ്റങ്ങൾ തനിക്കരികിലെത്തുമ്പോൾ ഗർജ്ജനമില്ലാതെ പൊടിക്കാറ്റായി മാറുന്നതിൽ അവൾ ആശ്ചര്യപ്പെട്ടില്ല. എങ്ങനെ ആശ്ചര്യ പ്പെടാനാണ്? രണ്ടാമത്തെ മോനെ ട്യൂട്ടോറിയിൽ അയച്ച് മടങ്ങുമ്പോൾ അലിയാർ മാഷ് കുട്ടികളെ പുതിയ പാഠം പഠിപ്പിക്കുകയാണ്:

"കാഫ്രീങ്ങുകളായ ഹിന്ദു സ്ത്രീകളെ..."

അലിയാർ മാഷിന്റെ ശബ്ദം അവളെ കടന്നാക്രമിച്ചു. പർദ്ദയ്ക്കുള്ളിൽ താൻ സുരക്ഷിതയാണെന്ന് അവൾ ഒരിക്കൽക്കൂടി ഉറപ്പ് വരുത്തി. മീര മകനെ ട്യൂട്ടോറിയിൽ നിന്നും തിരികെ വിളിച്ച് മടങ്ങുമ്പോൾ കേരള ത്തിൽ മറ്റൊരിടത്തു മില്ലാത്ത മതതീവ്രത ഇവിടെ എന്തുകൊണ്ട് എന്ന് ചിന്തിച്ചില്ല. ജനിക്കുന്ന കുഞ്ഞിന്റെ നാവിൽ പൊന്ന് തേച്ചുപിടിപ്പിക്കു ന്നത് പോലെ മതം ഉരച്ചുവയ്ക്കുന്ന ഇവിടുത്തെ സമ്പ്രദായം മുട്ടാക്കിട്ട പെണ്ണിനേ മാറ്റാൻ കഴിയൂ. അവൾ ഭംഗിയായി മുട്ടാക്കിടട്ടെ. നൊയമ്പ് പിടിക്കട്ടെ. നിസ്കരിക്കട്ടെ. മദ്രസയിൽ പോട്ടെ. ഒപ്പം പഠിക്കട്ടെ! അവൾ തീരുമാനിക്കട്ടെ, പോർക്ക് ഹറാമാണോയെന്നും ഹിജാബ് തനിക്ക് സ്വാതന്ത്ര്യമാണോ എന്നും!

ദൂരെ നിന്നും വീശുന്ന കൊടുങ്കാറ്റ് ഇത്തവണ തനിക്കരികിൽ പൊടിക്കാറ്റല്ല വീശുന്നതെന്ന് മീര തിരിച്ചറിഞ്ഞു. വീട്ടുപടിക്കൽ ചാരുക സേരയിൽ മലർന്നിരുന്ന് പത്രം വായിക്കുന്ന ഭർത്താവ് തനിക്കും മകനും നേരെ നോട്ടം തെന്നിച്ചത് ഗൗനിക്കാതെ അവൾ മുട്ടാക്ക് തലയിൽ പിടിച്ചിട്ട് അകത്തുകയറി.

"റിയാസിനെ ട്യൂട്ടോറിയിൽ ഇരുത്തിയില്ലേ നീയ്?"

"അവൻ ഇനി അലിയാർ മാഷിന്റെ ട്യൂട്ടോറിയിൽ പോണില്ല."

പൊടുന്നനെയായിരുന്നു മീരയുടെ മറുപടി. മറുചോദ്യം വീരാൻകുട്ടി ഓർത്തെടുക്കുന്നതിനുമുമ്പേ മീരാ ബീഗം പടികടന്ന് അകത്തേയ്ക്ക് പോയിരുന്നു. അവൾക്കൊപ്പം അകത്തേയ്ക്ക് കടന്ന കാറ്റിന്റെ ശക്തിയിൽ വീരാന്റെ കണ്ണുകൾ ചൂളിയടഞ്ഞു.

# വീട്ടമ്മയും എഴുത്തുകാരിയും

2019 ഏപ്രിൽ മാസം എട്ടാം തീയതി രാത്രി പത്തു പതിനൊന്ന് മണിക്ക് തിരുവനന്തപുരത്ത് പ്രസിദ്ധമായ ഒരു ആശുപത്രിയിൽ പ്രസവാനന്തരം ഒരു അമ്മ മരണപ്പെട്ട സംഭവമുണ്ടായി. സ്ഥിരം വാർത്തകളിൽ ഇടംപിടിക്കുന്ന ഇത്തരം ചിലസംഭവങ്ങൾ നേരിട്ടു കാണുന്ന ഒരവസ്ഥ ഹൃദയഭേദകമാണ്. മുലപ്പാൽ നിഷേധിക്കപ്പെട്ട കുഞ്ഞിന്റെ കരച്ചിൽ ആ അവസ്ഥയ്ക്ക് സാക്ഷ്യംവഹിച്ചവരുടെ മനസ്സിൽ സാന്ത്വനം ഹൃദയ മിടിപ്പായി രൂപപ്പെടുത്തിക്കൊണ്ടിരുന്നു! ബന്ധുക്കളുടെ നിലവിളികളും; ആശുപത്രിക്കെതിരെ - ചികിത്സിച്ചവർക്കെതിരെ - ഉയർന്നു കേൾക്കുന്ന കുറ്റ പ്പെടുത്തലുകളും ഒക്കെക്കൊണ്ട് അന്തരീക്ഷം വീർപ്പുമുട്ടിക്കുന്ന ഒരവസ്ഥ!

ഒടുവിൽ അമ്മയെ ആംബുലൻസിനുള്ളിൽ കയറ്റി ക്കഴിഞ്ഞപ്പോൾ ആശുപത്രിമുറിയിൽ കുഞ്ഞിന്റെ അടുത്ത് നിൽക്കുന്ന ഒരു സ്ത്രീയെ ഞാൻ ശ്രദ്ധിച്ചു. അവർ കരയുന്നു ണ്ടായിരുന്നില്ല. കണ്ണുകൾ കൂർപ്പിച്ച് കുഞ്ഞിനെത്തന്നെ നോക്കിയങ്ങനെ നിൽക്കുന്നു. കണ്ണിമ ചലിക്കുന്നില്ല. ചുറ്റിലും ബന്ധുക്കൾ നെഞ്ചത്തടിച്ചു നിലവിളിക്കുന്നത് അവർ നിർവികാരമായി നോക്കിയങ്ങനെ നിന്നു. അവർ കുഞ്ഞിന്റെ അരികിലായി പതുക്കെ ഇരുന്നു. അവരുടെ എല്ലാഭാവത്തിനും ഒരു മന്ദതയുണ്ടായിരുന്നു. അവരുടെ നോട്ടത്തിനും ചെയ്തികളിലും യാന്ത്രികമായ സ്വഭാവം ഉള്ളതു പോലെതോന്നി. ഒടുവിൽ അവർ ആ കുഞ്ഞിന്റെ നെറ്റിയിൽ ചുണ്ടുരുമ്മി. വിറയലാർന്ന ആ ചുണ്ടുകൾ കുഞ്ഞിനോട് സ്വകാര്യമായി എന്തോ മന്ത്രിച്ചു. ആ കാഴ്ച ഏതൊരു കഠിന ഹൃദയത്തെയും മയപ്പെടുത്തുന്നതായിരുന്നു.

കുറേ നേരം അവർ ആ ഇരിപ്പ് തുടർന്നു. ഒടുവിൽ അന്തരീക്ഷം ശാന്തമായപ്പോൾ തന്റെ കൈയിലിരുന്ന സഞ്ചി തുറന്ന് ഒരു കടലാസ്സുകഷ്ണവും

മഷിപ്പേനയും കയ്യിലെടുത്തു. കുഞ്ഞിന്റെ അരികത്തിരുന്നുകൊണ്ടവർ ആ കടലാസ്സിൽ എന്തോ കുറിച്ചുവച്ചു. കടലാസ്സ് ഭദ്രമായി സഞ്ചിയിൽ സൂക്ഷിച്ചു വച്ചെന്നുറപ്പ് വരുത്തി അവിടെ നിന്നും എഴുന്നേറ്റു.

കുഞ്ഞിനെ വാർഡിൽ പ്രവേശിപ്പിക്കുമ്പോൾ അവർ ചുറ്റുപാടും നിരീക്ഷിക്കാൻ തുടങ്ങി. ശരിക്കും പറഞ്ഞാൽ അപ്പോൾ മാത്രമാണ് അവർ കൂടിനിന്നവരെ നോക്കുന്നത്. മറ്റുള്ളവർതന്നെ ശ്രദ്ധിക്കുന്നുണ്ടെന്ന വസ്തുത തിരിച്ചറി യുന്നത്. എന്നാൽ വൈകാതെ തന്നെ അവർ തന്നിലേയ്ക്ക് മടങ്ങി.

പിന്നെയും ഒരുപാടുനേരം കഴിഞ്ഞ് ആശുപത്രിയും പരിസരവും ശാന്തമായിത്തുടങ്ങി. ഉറക്കത്തിന്റേതായ നിശ്ശബ്ദത പലരിലും പടർന്നു പിടിക്കാനും. രോഗികളുടെ കൂട്ടിരിപ്പുകാർ പുറത്ത് കസേരകളിൽ വിശ്രമം തുടങ്ങി. ഉറക്കം സ്പർശിക്കാത്ത വിരളം ആളുകൾ ചുറ്റുപാടുകൾ വിഴുങ്ങിക്കൊണ്ടിരുന്നു. അവരിലൊരാളായി ഞാനും പരിസരം പരതി അവിടെ ഇരുന്നു. നിസാരമായി മറ്റുള്ളവരാൽ ഗൗനിക്കപ്പെടുമ്പോൾ അത് സാര മായി കാണുന്ന കണ്ണുകളും അവിടെ കാണാം. ഞാൻ ആശുപത്രി വരാന്തയിൽ കയറി നിന്നു. നേരത്തെ കണ്ട സ്ത്രീ അങ്ങോട്ടു മിങ്ങോട്ടും ഓടിനടക്കുകയാണ്. എനിക്കവരോട് സംസാരിക്കണെമെന്നുണ്ടായിരുന്നു. എന്നാൽ, അവരുടെ പ്രതികരണം ഒട്ടും പ്രവചിക്കാൻ വയ്യ. വല്ലാതെ പൊട്ടിത്തെറിക്കാൻ പാകത്തിലാണ് അവരുടെ മനസ്സ്.

എന്തായാലും ഒന്നും മിണ്ടാതെ വയ്യ. ഞാൻ അവർക്കരികിൽ ചെന്നു. അടുത്തൊരാൾ വന്നതിന്റെ യാതൊരു ഭാവവ്യത്യാസവും ഞാൻ അവരിൽ കണ്ടില്ല. അവരുടെ കൃഷ്ണമണിയുടെ ചടുലമായ ചലനം സർവ്വതിനെയും ഒപ്പിയെടുത്തുകൊണ്ടിരുന്നു. അവർ അവരുടെ മനസ്സുമായി സംസാരിക്കുന്നുണ്ടായിരുന്നു. സ്വയം മാറ്റം സ്വീകരിക്കുന്നുണ്ടായിരുന്നു. എന്നാൽ അതിന്റെ അനുരണനങ്ങൾ തന്റെ ചുറ്റിലും നിന്ന് മായ്ക്കാൻ അവർ വൃഥാ ശ്രമപ്പെടുന്നതായി എനിക്കുതോന്നി.

അവരുടെ മാർഗ്ഗത്തിന് തടസ്സമായി നിന്നതിനാ ലാകണം അവർ എന്നെ ഒന്നു നോക്കി. വഴിമാറിനിൽക്കാൻ ശാഠ്യം കാണിച്ചുകൊണ്ടുള്ള ഒരു നോട്ടമായി എനിക്കതു തോന്നി. എങ്കിലും ഞാൻ അവിടെത്തന്നെ നിന്നു. എങ്ങനെ തുടങ്ങണമെന്ന് അറിയാത്തതിനാലാകണം ഞാൻ അവരെ “അമ്മ“ എന്നു വിളിച്ചാണ് തുടർന്നത്.

അവരുടെ കണ്ണുകളുടെ ഭാവം വൈകാരികതലത്തിലേയ്ക്ക് ചേക്കേറുന്നത് എനിക്കു കാണാൻ കഴിഞ്ഞു. അത് ഒരു അമ്മയുടെ നോട്ടം തന്നെയായിരുന്നു. വാത്സല്യം തുളുമ്പുന്ന ഒരു അമ്മയുടെ നോട്ടം!

ഞാൻ അവരെയും അവർ എന്നെയും കുറച്ചങ്ങനെ നോക്കി നിന്ന വെന്ന പറഞ്ഞാൽ തെറ്റില്ല. പരിസരം നമ്മൾ രണ്ടുപേർ മാത്രമായി ചുരുങ്ങി യെന്ന തോന്നൽ മാറിക്കിട്ടാൻ

കുറച്ചു സമയമെടുത്തു. ഒടുവിൽ അവർ ഒരൊഴിഞ്ഞ ബഞ്ചിലേയ്ക്ക് ഇരുന്നു. ഞാൻ അവർക്കരികിലും. മൗനം മാത്രം തത്സ്ഥാനം കീഴടക്കി തിമിർപ്പ് കാണിച്ചുകൊണ്ടിരുന്നു. ഞാൻ അവരുടെ മുഖത്തു നോക്കി ചോദിച്ചു:

"അമ്മേ... ദാഹിക്കുന്നുണ്ടോ?"

എന്തു ചോദിക്കണമെന്ന് തീർച്ചപ്പെടുത്താതെ ചോദിച്ചു പോയതാണ്. അവർ എന്നെ നോക്കിക്കൊണ്ട് തുടർന്നു:

"വെള്ളം"

പിന്നെ വീണ്ടും അവരെ മൗനം പിടിച്ചടക്കി. എന്റെ കൈയിലി രുന്ന ബോട്ടിലിലെ വെള്ളം ഞാൻ അവർക്കു നേരെ നീട്ടി. അവർ എന്റെ മുഖത്തു നോക്കാതെ ബോട്ടിൽ വാങ്ങി വെള്ളം ആർത്തിയോടെ കുടിച്ചു. ദാഹം ശമിച്ച അവർ കൊഴിയാറായ ഒരിലയായി അവസ്ഥാന്തരം പ്രാപി ക്കുന്നത് ഞാൻ കണ്ടു. അവർ വെള്ളം കുടിച്ചു തീർത്ത് എന്നെ നോക്കിയ ഒരു നോട്ടം ഇപ്പോഴും എന്റെ കണ്ണുകൾക്ക് കേവലം ഓർമ്മയല്ലാത്ത നേർക്കാഴ്ചയായി തോന്നുണ മെങ്കിൽ ആ നോട്ടം എത്രമാത്രം എന്നിൽ സ്പർശിച്ചി രിക്കണമെന്ന് നിങ്ങൾക്ക് ഊഹിക്കാൻ കഴിയുമോ? അവർ ഒന്നും തുടർന്നു പറയാൻ ഭാവമില്ലാത്തതുപോലെ ആ ബെഞ്ചിൽ ചാരിയി രുന്നു. അവരുടെ നോട്ടം എനിക്കവരോട് ചോദിക്കാനുള്ള ചോദ്യങ്ങളെ യൊക്കെയും നിർജ്ജലീകരിച്ചു കൊണ്ടിരുന്നു. നിശ്ശബ്ദത മാത്രം അവിടെ യെല്ലാം വ്യാപിച്ചുവെന്നു പറഞ്ഞാൽ ഞങ്ങളുടെ ഭാഷണം നമ്മൾ പോലു മറിയാതെ അന്തരീക്ഷത്തിൽ അലയടിച്ചുകൊണ്ടിരുന്നുവെന്ന ഒരു ഭാവതലം അതിലില്ലെന്നു നിങ്ങൾ കരുതരുത്. മനസ്സുകൾ തമ്മിൽ ശൂന്യതയിലും അലർച്ചയോടെ സംസാരിച്ചുവെന്നും വരാം! ഞാൻ അവിടെ നിന്നും എഴു ന്നേൽക്കാൻ തുടങ്ങിയതും അവരുടെ പരുപരുത്ത കൈത്തലം എന്റെ കാൽ മുട്ടിൽ പതിഞ്ഞു. അവർ എന്നോട് അടക്കം പറഞ്ഞു:

"കോച്ചേ...മരിച്ചത് ന്റെ മോളാണ്. ന്റെ പേരക്കുട്ടിയാണ് അമ്മയി ല്ലാതെ ഇവിടെ..."

അവർ ഒറ്റശ്വാസത്തിൽ പറഞ്ഞു നിർത്തി. അവർ എന്നെ തലയു യർത്തി ഒന്നുനോക്കി. ചുണ്ടുകളിൽ കൃത്രിമ മായൊരു പുഞ്ചിരി തേയ്ച്ചു പിടിപ്പിച്ച് അവർ എന്നോട് ഒരു താക്കീതു പോലെ പറഞ്ഞു നിർത്തി:

“നല്ല പ്രായത്തിൽ കരഞ്ഞുകരഞ്ഞു ജീവിതം തീർക്കരുതായിരുന്നു. അല്ലെങ്കിൽ പിന്നെ മകളുടെ ചിത കത്തിയെരിയുമ്പോൾ അമ്മ എന്ന പെണ്ണിനു കരയാൻ കണ്ണീരില്ലെങ്കിൽ നാട്ടുകാർ എന്തുപറയും?“

അവർ ഒന്നമർത്തിപ്പറഞ്ഞു:

“പെണ്ണേ! നീ കരയാറുണ്ടോ?”

അവർ ആ ചോദ്യത്തിന് ഒരുത്തരം പ്രതീക്ഷിക്കുന്നു ണ്ടായിരുന്നില്ല. ഞാൻ അവർക്കരികിൽ ഒന്നുകൂടി ചേർന്നിരുന്നു. അവർ കൂടുതലൊന്നും പറഞ്ഞില്ല. തന്റെ സഞ്ചി തുറന്ന് മൂന്നു ബുക്കുകൾ പുറത്തെടുത്തു. അതിനെ ആവരണം ചെയ്ത വെളുത്തചട്ടയിൽ ചുവന്ന മഷികൊണ്ട് ഇങ്ങനെ എഴുതിയിരുന്നു:

“ഞാനെന്ന വീട്ടമ്മയെ എഴുത്തുകാരിയാക്കിയ ഭാവ തലം.”

അവർ ആ ബുക്കുകൾ മറിക്കുന്ന തിരക്കിൽപ്പെട്ടു. സംഭാഷണത്തിനിടയ്ക്ക്:

“ഇത് എന്റെയാണ്... എന്റെ കെട്ടുകഴിഞ്ഞപ്പോൾ എഴുതിയതാണ്... ഞാൻ വീട്ടമ്മയായി മാറിയപ്പോൾ എഴുതിയ താണ്...” എന്നീ വാക്കുകൾ ഇടറിയ സ്വരത്തിൽ ഘനപ്പെട്ട് പറയുമ്പോൾ ആ മനസ്സ് എത്രമാത്രം ഭാരംചുമന്നുവെന്ന് എനിക്ക് ഊഹിക്കാൻ കഴിയുന്നു. അവർക്കിനിയും എന്നോട് ഒരുപാട് പറയണമെന്നുണ്ടായിരുന്നപോലെ! എന്നാൽ കുഞ്ഞിന്റെ വിവരങ്ങൾ ശേഖരിക്കാനും മകളുടെ മരണത്തിൽ കേസെടുക്കാനും വിവരങ്ങൾ പുറത്തുവിടാനും പൊലീസും മാധ്യമങ്ങളും അവിടെ കൂട്ടംകൂടി. ഞാൻ അതെല്ലാം മാറിനിന്ന് നോക്കിക്കണ്ടു.

അന്നത്തെ ദിവസം കഴിഞ്ഞ് പിറ്റേന്ന് ഞാൻ ആ അമ്മയെ അവിടെയെല്ലാം തിരഞ്ഞു. കുഞ്ഞിന്റെ അടുത്ത് മറ്റൊരു സ്ത്രീയാണ് കൂട്ടിരിക്കുന്നത്. അവരോടും കുഞ്ഞിന്റെ അമ്മൂമ്മയെപ്പറ്റി ഞാൻ അന്വേഷിച്ചു. എന്നാൽ അവർ അങ്ങനെയൊരു സ്ത്രീയെ അറിയുന്നതായി നടിച്ചില്ല. എന്നെ രൂക്ഷമായി നോക്കുകയല്ലാതെ അവർ ഒന്നും മൊഴിഞ്ഞില്ല. നിനക്കെന്താണ് ഇവിടെ കാര്യം എന്ന അവരുടെ ചോദ്യം എനിക്കുനേരെ കുതിക്കുന്നതിനു മുന്നേ ഞാൻ അവിടം കാലിയാക്കി. ദൂരെ മാറിയിരുന്ന് ആ അമ്മ എന്നോടു പറഞ്ഞത് ഞാൻ ഒരു കടലാസ്സിൽ കോറിയിട്ടു. ഒപ്പം ആ ബുക്കിന്റെ പേരും.

ഞാനല്ലാതെ മറ്റാരും കാണാത്ത ആ അമ്മ എവിടെയാണ് പെട്ടെന്ന് മറഞ്ഞുപോയത്? അവർ ഞാനുൾപ്പെടുന്ന എല്ലാ പെണ്ണുങ്ങൾക്കും തന്നോടൊപ്പമുള്ള കേവലമൊരു വിഭ്രമം മാത്രമാണോ?

# പട്ടം

വെളുത്തചുവരിൽ ഞാന്നുകിടന്ന ക്ലോക്കിന്റെ പെന്റുലം ആടിയുലഞ്ഞ് ശബ്ദമുണ്ടാക്കിക്കൊണ്ടിരുന്നു. സമയം വെളുപ്പിന് മൂന്നുമണി. ഷിർഷെന്ദു അപ്പോഴും ജാലകവാതിൽ തുറന്ന് ഇരുനില ക്കെട്ടിടത്തിന്റെ മുകളിൽ നിന്നും താഴേയ്ക്കുനോക്കിക്കൊണ്ടു നിൽക്കുക യാണ്. ഇരുട്ടുമൂടിക്കിടക്കുന്ന പൊതുവഴിയിലേയ്ക്കും ചുറ്റുമുള്ള ബഹുനില ക്കെട്ടിടങ്ങളിലേയ്ക്കും വിദൂരമായ ശൂന്യതയിലേയ്ക്കും അയാളുടെ കണ്ണുകൾ പിടഞ്ഞു നീങ്ങിക്കൊണ്ടിരുന്നു. ശീതക്കാറ്റിന്റെ കോച്ചുന്ന തണുപ്പിലും അയാളുടെ നെറ്റിയും മേൽച്ചുണ്ടും വിയർപ്പുകണങ്ങൾ കൊണ്ടു മൂടി. അസ്വസ്ഥ നായ ഒരാളെപ്പോലെ അയാൾ ജനൽവാതിൽ അടയ്ക്കുകയും തുറക്കുകയും ചെയ്തുകൊണ്ടിരുന്നു.

എതിർവശത്തുള്ള പാർപ്പിടസമുച്ചയത്തിന്റെ പൂ മുറ്റത്ത് ചുവന്നനിറ ത്തിലുള്ള പട്ടം സ്വതന്ത്രമായി കാറ്റിൽ പറക്കുകയാണ്. തലേദിവസം പട്ട ത്തിന്റെ കെട്ടഴിച്ചുപറ ത്താൻ പരിശ്രമിച്ചുകൊണ്ടിരുന്ന പെൺകുട്ടിയെ ഇന്ന് അവിടെ കാണാനുമില്ല. വെളുത്ത നിറത്തിലുള്ള നേർത്ത നൂലിൽ മുറുകെ പിടിച്ചിരുന്ന അവളുടെ കൈവിരലുകൾ എപ്പോഴാണ് അതിനെ സ്വതന്ത്രമാക്കിയതെന്നറിയില്ല. എന്നാൽ, പ്രതിരോധങ്ങളില്ലാതെ ആ പട്ടം ഇപ്പോൾ കാറ്റിൽ പറക്കുകയാണ്. മൗനംകുടിച്ച കണ്ണുകളോടെ തന്നിലേയ്ക്കും ദയനീയതയോടെ ഒരു നോട്ടമെറിഞ്ഞ ആ പെൺകുട്ടിയുടെ മുഖം ഷിർഷെന്ദുവിന്റെ മുമ്പിൽ ആർദ്രതയോടെ തെളിഞ്ഞു വന്നു. അയാൾ പൊടുന്നനെ ജനൽവാതിലടച്ച് ഉള്ളിലേയ്ക്ക് കടന്നു. ചുവരിലെ ഘടികാര ത്തിലേയ്ക്ക് അയാൾ നിഷ് പ്രയോജനമായ ഒരു നോട്ടം തൊടുത്തിവിട്ടു.

സമയം വെളുപ്പിന് മൂന്നരയായിട്ടുണ്ടായിരുന്നു. അടുത്ത ഘടികാര മണിയൊച്ചയ്ക്കു മുമ്പേ വീട്ടിൽ നിന്നും പുറപ്പെടണം. അയാൾ മനസ്സിലോർത്തു. അതോ ഇന്ന് തനിക്ക് അസൗകര്യമാണെന്ന് സ്വയം വിധിയെഴുതി പോകാതി

രുന്നാലോ? താൻ ഈ ചുമതലയിൽ നിന്നും പിന്മാറുകയാണെന്ന് വിളിച്ചു പറഞ്ഞാലോ? ഷിർഷെന്ദു അസ്വസ്ഥ ചിത്തനായി.

അതുപറ്റില്ല. യുക്തിയല്ല അങ്ങനെയൊരു മറുപടി. ചുമതലയേൽക്കുമ്പോൾ പറയേണ്ടതാണ് തന്നെക്കൊണ്ട് കഴിയില്ലെന്ന്. ഇനി ഇതിൽ നിന്നും വിടുതൽ പ്രാപിക്കാൻ യാതൊരു നിവൃത്തിയും കാണുന്നില്ല. അല്ലെങ്കിൽ തന്നെ ഈ തൊഴിലിൽ താൻ സന്തോഷവാനാണെന്നു പറഞ്ഞിട്ട് ഉദ്യമത്തിനു മുമ്പ് പിന്മാറുന്നത് ഭീരുത്വമാണ്. തനിക്കിതു കഴിയും. മുത്തച്ഛനും അച്ഛനുമൊക്കെ ഇതു തന്നെയായിരുന്നല്ലോ തൊഴിൽ. പാരമ്പര്യമായി കൊണ്ടുപോകണമെന്ന് താനും ആഗ്രഹിക്കുന്നില്ലെന്നാണോ? പിന്നെ എന്താണ് ഒരു വാരണം തന്നിലേയ്ക്കു വന്നടിക്കുന്നത്? തനിക്കുമാത്രം അപൂർവ്വമായി വന്നുചേർന്ന ഔദ്യോഗികപദവിയിൽ അഭിമാനിക്കുകയാണ് വേണ്ടത്. അല്ലെന്നുണ്ടോ? വേഗം തന്നെ പുറപ്പെടണം.

ഷിർഷെന്ദു വിയർപ്പുതുവർത്തി ഒരുനിമിഷം കണ്ണുകളടച്ചു നിന്നു. സ്വതന്ത്രമായ പട്ടത്തെ നോക്കിനിൽക്കുന്ന പെൺകുട്ടിയുടെ നിഷ്കളങ്കമുഖം അയാളുടെ കണ്ണുകളിൽ വന്നുനിറഞ്ഞു. മൂർച്ചയുള്ള ഇറുക്കുകാൽ കൊണ്ട് പിടുങ്ങി വലിക്കുന്നമ്പോൾ പോറിയൊലിക്കുന്ന ചോരയ്ക്കും ആ പട്ടത്തിന്റെ ചുവപ്പുനിറം തന്നെയല്ലേ! അയാൾ കണ്ണുകൾ വലിച്ചുതുറന്നു. രക്തപങ്കിലമായ കണ്ണുകളിൽ രോഷം വന്നുനിറഞ്ഞു.

അയാൾ പുറപ്പെടാൻ തയ്യാറായി. ഭാര്യ ബിപാഷ അയാൾക്കു മുന്നിൽ വന്നു. ശോകാകുലയായ അവളുടെ കണ്ണുകൾക്ക് അയാളുടെ കണ്ണുകളെ അഭിമുഖീകരിക്കുവാനുള്ള ധൈര്യം ഇല്ലാത്തതുപോലെ തോന്നിച്ചു. അവൾ തന്റെ ഭർത്താവിന്റെ ബാഗ് എടുത്ത് കൈയിൽ ഏല്പിച്ചു.

"പോണവഴിക്ക് ക്ഷേത്രത്തിൽ ഒന്നു കയറി പ്രാർത്ഥിച്ചിട്ട് പോണം."

വേലയ്ക്കു പോകാൻ തുടങ്ങുന്ന എല്ലാ ഭർത്താക്കന്മാരോടും ഭാര്യമാർക്കുള്ള കരുതൽ തന്നെയായിരിക്കണം ആരാച്ചാരായ തന്റെ ഭർത്താവിനോട് അവളും കാണിക്കുന്ന സ്നേഹവും കരുതലും. ബിപാഷ മുന്നിലേയ്ക്കുവന്ന് തന്റെ ഭർത്താവിന്റെ മൂർദ്ധാവിൽ ചുംബിച്ചുകൊണ്ട് അയാളെ യാത്രയാക്കി.

അയാൾ പടികടന്നുപോകുമ്പോൾ അവൾ പിന്നിൽ നിന്നും നേർത്ത ശബ്ദത്തിൽ പറഞ്ഞു:

"അഭോയിയെക്കൂടി ഒന്നു കണ്ടിട്ടു വരണേ."

ലൈംഗീകകുറ്റവാളിയാണെങ്കിലും സ്വന്തം മകനു വേണ്ടി കണ്ണീരൊഴുക്കി അവർ കാത്തിരിക്കുന്നു. കഴിഞ്ഞ ദിവസം പത്രത്തിൽ വന്ന തന്റെ മകന്റെ വിവരണം ഒന്നു വായിക്കാൻ കൂടി അനുവദിക്കാതെ തന്നിൽ

നിന്നും അയാൾ മറച്ചുവച്ചത് അവൾ ഓർത്തു. അയാൾ അവളുടെ ചോദ്യ ത്തിന് മറുപടികൊടുക്കാതെ മുന്നോട്ടു നടന്നു. വാതിൽ കടന്ന് അയാൾ പോകുന്നത് അവൾ നോക്കിനിന്നു.

മുറിയിലെ വെളിച്ചം കെടുത്തി അവൾ ജാലകവാതിൽ തുറന്നുവച്ചു. ഘടികാരം വീണ്ടും ഒച്ചവയ്ക്കാൻ തുടങ്ങി. സമയം നാലു മണി.

കാവൽക്കാരുടെ മദ്ധ്യേ പ്രതിയെ കൊണ്ടുവരികയാണ്. ഷിർഷെന്ദു ഇരുമ്പഴിച്ചുവരിലൂടെ പ്രതിയെ നോക്കിക്കൊണ്ടു നിന്നു. തൂക്കുകയർ പ്രതീ ക്ഷിച്ചു കഴിയുന്നവരിൽ ആരെയാണ് താൻ ഇന്ന് വധിക്കാൻ പോകുന്ന തെന്നറിയാൻ അയാൾക്കുണ്ടായിരുന്ന ആധി പ്രതിയെ നേരിൽ കാണുന്നതു വരെ മാത്രമെ ഉണ്ടായിരുന്നുള്ളൂ. പിന്നെ അയാൾ സ്വതേ സ്വസ്ഥനായി കാണപ്പെട്ടു.

ഇരുമ്പഴി കടന്ന് പ്രതിയെ തൂക്കുമരത്തട്ടിൽ നിർത്തി. അവസാന മായി കുടിച്ച വെള്ളത്തിന്റെ അടയാളപ്പെടുത്തലുകൾ ചുണ്ടിന്റെ ഓരം പറ്റിച്ചേർന്ന് നേർത്ത ചാലുപോലെ ഒഴുകുന്നുണ്ടായിരുന്നു. പുകയിലച്ചുരുട്ട് എരിച്ച ചുണ്ടുകൾ കറുത്തിരുണ്ടിരുന്നു. കുറ്റവാളി നിലത്ത് അവ്യക്തമായി കാണുന്ന നിഴലുകൾ നോക്കിനിന്നു. കാവൽക്കാർ അഴി കടന്ന് പുറംഭാഗ ത്തേയ്ക്ക് പോയികഴിഞ്ഞിരുന്നു. നാലു പേരാണ് പിന്നീട് അവിടെ ശേഷി ച്ചത്. ജയിലധികാരി, ജഡ്ജി, അപ്പോത്തിക്കരി, പിന്നെ ഷിർഷെന്ദു. പ്രതിയെ കൊലമരത്തിനു കീഴിൽ കയറ്റിനിർത്തി. മുഖത്ത് കറുത്ത മുഖംമൂടി വലിച്ചിട്ടു. തൂക്കുകയർ പ്രതിയുടെ തലയ്ക്കു മീതെ കിടന്ന് ആടിക്കൊണ്ടിരുന്നു.

ഔദ്യോഗികമായ മുന്നറിയിപ്പിനു ശേഷം ആരാച്ചാരോട് ലിവർ വലിക്കാൻ തയ്യാറായിക്കൊള്ളാൻ ഉത്തരവ് മുഴക്കി. ഷിർഷെന്ദു പ്രതി യുടെ അടുത്തേയ്ക്കു നടന്നു. അയാളുടെ കാലടി ശബ്ദം മാത്രം ചുറ്റിലും മുഴങ്ങി ക്കേട്ടു. പ്രതിയുടെ കൈകൾ പുറകിൽ നിന്ന് കയറുകൊണ്ട് കൂട്ടിക്കെട്ടി. ലിവറിൽ പിടിമുറുക്കി. പ്രതിയുടെ അടുത്തേയ്ക്ക് നീങ്ങിനിന്നു. അയാളുടെ ഉടൽ വിയർത്തൊട്ടുന്നുണ്ടായി രുന്നു. ഏങ്ങലടിക്കുന്ന പ്രതിയുടെ അമർന്ന നിശ്വാസം മാത്രം ചുറ്റിലും കേട്ടു. തൂക്കിലേറ്റപ്പെടാനുള്ള മണി മുഴങ്ങുമ്പോൾ മേലധികാരി മുന്നറിയിപ്പു കൊടുത്തു. ഷിർഷെന്ദു ലിവർ പതുക്കെ വലിച്ചു. പ്രതിയുടെ പേര് മന്ത്രിച്ചു. അയാൾ ഔദ്യോഗി കമായി ക്ഷമ പറഞ്ഞു.

"രാം രാം"

ആ മനുഷ്യന്റെ അറ്റുവീഴുന്ന അവസാനതുടിപ്പ് ഷിർ ഷെന്ദുവിൽ സ്പർശിക്കാത്തതുപോലെ തോന്നിച്ചു. അയാൾ ആ ഞരക്കവും ആസ്വദി

ക്കുന്നതുപോലെ മിഴിച്ചുനിന്നു. ആറേഴ് മിനിട്ടു കൊണ്ട് ആ പതപ്പ് നിലച്ചു. ശരീരം ഉദാസീനമായി മാറി. പത്തുമിനിട്ടുകൂടി കഴിഞ്ഞപ്പോൾ മരണം സ്ഥിരീകരിച്ചു. മൃതദേഹം കൈമാറാൻ പുറത്ത് ബന്ധുക്കളെ തിരഞ്ഞു. അവിടെങ്ങും ബന്ധുക്കളായി ആരും തന്നെ ഉണ്ടായിരുന്നില്ല. ഒടുവിൽ ശവം ദഹിപ്പിക്കാൻ ഉത്തരവായി. ഷിർഷെന്ദു തൂക്കുമരത്തട്ടിൽ നിന്നും മൂകതയോടെ തിരിഞ്ഞുനടന്നു.

സൂര്യൻ ഉദിച്ചു വരുന്നതേയുണ്ടായിരുന്നുള്ളൂ. ഇരുട്ടടഞ്ഞ നടപ്പുരയിലൂടെ കാൽ നീട്ടിവച്ചു നടക്കുമ്പോൾ അയാളുടെ ശരീരം മുന്നോട്ടായാൻ വിസ്സമ്മതിച്ചു. പ്രധാന നിരത്തിലേയ്ക്ക് കാലുവയ്ക്കുമ്പോൾ അയാൾ കിഴക്കുദിച്ചു നിൽക്കുന്ന സൂര്യനെ വണങ്ങി. വേച്ചുവേച്ച് മുന്നോട്ടാഞ്ഞു നടന്നു.

വാതിലിൽ ആരോ തട്ടുന്ന ശബ്ദം കേട്ടു. ബിപാഷ ധൃതിയിൽ വന്ന് വാതിൽ തുറന്നു. സൂര്യപ്രഹരമേറ്റ് കുഴഞ്ഞതു പോലെ ഷിർഷെന്ദു വാതിൽക്കൽ ചാരി നിന്നു. അവൾ അയാളെ താങ്ങി കസേരയിൽ ഇരുത്തി. കുടിക്കാൻ വെള്ളം കൊണ്ടു കൊടുത്തു. അയാൾ കോപ്പയിലെ വെള്ളത്തിൽ നോക്കി കുറേനേരം ഒന്നും ഉരിയാടാതെ ഇരുന്നു. എന്നിട്ട് എഴുന്നേറ്റ് ചെന്ന് ജനൽവാതിൽക്കൽ നോക്കിനിന്നു. തലേന്ന് പട്ടം പറത്തിക്കൊണ്ടു നിന്ന പെൺകുട്ടിയെ അവിടെ കണ്ടില്ല. വെളുത്ത നൂലിന്റെ ഒരഗ്രം മാത്രം കാറ്റിൽ കിടന്നുഴലുകയാണ്. അയാൾ ഒന്നു നെടുവീർപ്പിട്ടു. ബിപാഷ അടുത്തു വന്നു പറഞ്ഞു:

"ഈ തൊഴിൽ നിർത്തരുതോ? ഇത്രയും മാനസിക സംഘർഷമുണ്ടെങ്കിൽ എന്തിനാണ് അതൃപ്തിയോടെ പിന്നെയും പിന്നെയും..."

അവളെ മുഴുവിപ്പിക്കാൻ അനുവദിക്കാതെ അയാൾ ഇടയ്ക്കു കയറി പറഞ്ഞു:

"ഞാൻ സംതൃപ്തനാണ്. ഒരുപക്ഷേ, എന്നോളം ശാന്തമായ ഒരു തൊഴിൽ ആരാണ് ചെയ്യുന്നത്? ഇതും ശീലമാകട്ടെ."

അയാൾ ജനാലക്കമ്പിയിൽ കെട്ടിയിരുന്ന നൂലിലേയ്ക്കു കണ്ണുപായിച്ചു കൊണ്ട് നിർവികാരനായി പറഞ്ഞു:

"ഇന്നത്തെ കൃത്യത്തിന് പ്രതിഫലം കൈപ്പറ്റിയില്ല."

ബിപാഷ ഒന്നും മിണ്ടിയില്ല. അവൾ ഏറെ നേരത്തെ മൗനത്തിനൊടുവിൽ തിരക്കി:

"വധിക്കപ്പെട്ട കുറ്റവാളി എന്തു കുറ്റമാണ് ചെയ്തത്?"

അയാൾ ഉദാസീനമായി പറഞ്ഞു നിർത്തി:

"ഒരു ലൈംഗീകകുറ്റവാളി. മൂന്നുപെൺകുട്ടികളെ..."

അവൾ കൂടുതലൊന്നും ചോദിച്ചില്ല. തന്റെ ഭർത്താവിന്റെ ഓരോ ദിവസവും എങ്ങനെയുണ്ടെന്ന ചോദിക്കുമ്പോൾ അയാൾക്കു പറയാനുള്ളത് എന്താണെന്ന് അവൾക്കു നന്നായി അറിയാമായിരുന്നു. നിർജ്ജീവമായ പെൻഡുലംപോലെ ആടുന്ന പ്രതിയുടെ മരണമൊഴിയല്ലാതെ എന്താണ് അയാൾക്കു പറയാനുണ്ടാവുക! ബിപാഷ അടുത്തുചെന്ന് തിരക്കി:

"അഭോയിയെ കാണാൻ കഴിഞ്ഞോ? അവന്റെ വധശിക്ഷ ഇളവു കിട്ടാൻ എന്തെങ്കിലും വഴിയുണ്ടോ?"

ഷിർഷെന്ദു മൗനം തുടർന്നു. അവൾ രോഷാകുല യായി പറഞ്ഞു:

"എത്ര കുറ്റം ചെയ്തെന്നു പറഞ്ഞാലും അവൻ നമ്മുടെ ഏകമകനല്ലേ?"

അവളുടെ ഏങ്ങലടികൾ അയാൾ കേൾക്കാത്തതു പോലെ നിന്നു. പട്ടത്തിന്റെ മൂർദ്ധാവിൽ അയാളുടെ കണ്ണു കളുടക്കി. അത് സ്വതന്ത്രമായി പറക്കുകയാണ്. അയാൾ ആരോടെന്നില്ലാതെ പറഞ്ഞു:

"പട്ടങ്ങളൊക്കെ പറക്കട്ടെ. തടസ്സങ്ങളില്ലാതെ..."

അവൾ കണ്ണുകൾ ശാന്തമാക്കി വീണ്ടും ചോദിച്ചു:

"ഇന്ന് തൂക്കിലേറ്റിയ ലൈംഗീകകുറ്റവാളി ആരാണ്?"

അവൾ ഉത്തരത്തിനായി അയാളുടെ മുഖത്തു നോക്കി നിന്നു. അയാൾ പട്ടത്തിന്റെ തലപ്പത്തു നിന്നും കണ്ണെടുക്കാതെ തന്നെ പറഞ്ഞു:

"ഇന്ന് ലിവർ വലിക്കുമ്പോൾ കൊലമരത്തിൽ കിടന്നാടിയത് ഒരു ചെറുപ്പക്കാരനായിരുന്നു. എന്നാൽ മരിച്ചു വീണത് ഈ ഞാനും."

ഇതുകേട്ട് അവൾ ഇടറിയ ശബ്ദത്തിൽ തിരക്കി:

"അഭോയി?"

അയാളുടെ കണ്ണുകൾ ആവേശത്തോടെ പൂമുറ്റത്തിൽ ഉറച്ചു. പെൺകുട്ടി നൂലഴിച്ച് പട്ടത്തെ സ്വതന്ത്രമാക്കുന്നു. അവളുടെ കണ്ണുകളിലെ തിളക്കം അയാൾ ശ്രദ്ധിച്ചു.

അയാൾ അവൾക്ക് ഉത്തരം കൊടുക്കാതെ മൗനം തുടർന്നു.

# ഒടുവിലത്തെ മരണം

ഇന്ന് ആദ്യമായി അവൾ അയാളെക്കാണാൻ വേണ്ടി മാത്രമായി വന്നു. ഇതിനുമുമ്പ് മൂന്നുതവണ അവൾ അയാളുടെ വീട്ടിൽ വന്നിട്ടുണ്ട്. അച്ഛൻ മരിച്ചദിവസമായിരുന്നു ആദ്യമായി വന്നത്. ശുഭകര മല്ലാത്ത ഗൃഹാന്തരീക്ഷത്തിലും അവളുമായുള്ള ആദ്യകൂടിക്കാഴ്ചതന്നെ അശുഭ കരമായെന്നു കരുതാനും അയാൾക്കായില്ല. അത്രയ്ക്കു മൊരടുപ്പം അവളുമായി തോന്നിച്ചു. പിന്നെപ്പിന്നെ കണ്ടു കൊണ്ടിരിക്കണമെന്ന ഉൾവിളി പെരുകി.

ഒരിക്കൽപോലും അവളോട് മിണ്ടാൻ കഴിഞ്ഞില്ലെങ്കിലും ചായ സത്കാരത്തിലൂടെയെങ്കിലും അവളെ അടുത്തുവച്ച് കാണാൻ അവസരം ലഭിച്ചതിൽ അയാൾക്ക് അതിയായ സന്തോഷമുണ്ടായി.

ഒട്ടും വൈകിയില്ല രണ്ടാമത്തെ കൂടിക്കാഴ്ചയും. തന്റെ ജീവിതത്തിലെ ഏറ്റവും വിലമതിപ്പുള്ള ദിവസമായി അയാൾ അന്നേദിവസത്തെ ഓർമ്മ യിൽ പൂട്ടിയിട്ടു. എന്നാൽ അവളുടെ കണ്ണുകളിൽ നനവ് ഊറിയിരുന്നു.

"മോള്ടെ കൂട്ടുകാരിയാ സാന്ദ്ര?"

ഏതോ ഒരു വയസ്സൻ അവളോട് ചോദിച്ചു. അവൾ തലകുലുക്കി.

"ഡിഗ്രിയ്ക്ക് റാങ്ക് ഉണ്ടായിരുന്നു."

അടുത്തിരുന്ന ഒരു സ്ത്രീ പറഞ്ഞു. അവൾ മിണ്ടിയില്ല.

"പാവം. ഇവള് ഇളയതാ. അച്ഛൻ മരിച്ചതിന്റെ പിന്നാലെ മോളും!" അവൾ എഴുന്നേറ്റ് നടന്നു.

ദിവസങ്ങൾ വിരലുകളെണ്ണിക്കഴിയുന്നതിനു മുമ്പേ അവൾ അയാളുടെ വീട്ടിൽ മൂന്നാമതായി വന്നു. അമ്മ മരിച്ചുപോയ മകനെ ആർദ്രതയോടെ അവൾ നോക്കുമ്പോൾ, വിളറിവിഷാദിച്ചതായി തോന്നിക്കുന്ന തന്റെ വദനം അവളിൽ അനുകമ്പയുണ്ടാക്കുന്നത് അയാൾ മാറിനിന്ന് കണ്ടാസ്വദിച്ചു.

അവളുടെ സഹതാപാർദ്രമായ നോട്ടത്തിൽ അവന്റെ ശരീരം മരവിച്ചു പോയി. മരിച്ചുകിടക്കുന്ന തന്റെ അമ്മയെ തന്നെയാണ് അവൾ നോക്കുന്നത്. അമ്മ മരിച്ചു കിടക്കുകയാണെന്നത് അയാൾ ബോധപൂർവ്വം മറന്നു. ഇടയ്ക്കെപ്പൊഴോ തന്റെമേൽ പാറിവീഴുന്ന അവളുടെ നോട്ടം സർവ്വ ധമനികളെയും ചുട്ടുപൊള്ളിക്കുന്നു. അവൾക്ക് തന്നോട് എന്തെല്ലാം പറയാനുണ്ടാകും! അയാൾ സങ്കല്പിച്ചു.

"നിങ്ങളുടെ സഹോദരി എന്റെ കൂട്ടുകാരിയായിരുന്നു. അവൾ ഈ നാട്ടിലെ നദികളെപ്പറ്റി കവിതയെഴുതുമായിരുന്നു. ഒടുവിൽ അതേ നദിയുടെ നീരൊഴുക്കിൽപെട്ടല്ലേ അവളും..."

താൻ മൗനം.

"ഇപ്പൊ ദേ... തൊട്ടുപിന്നിലായി പാവം അമ്മയും. ഈ വലിയ വീട്ടിൽ നിങ്ങൾ ഒറ്റയ്ക്കായല്ലേ... കഷ്ടം!"

വിറയലാർന്ന മനസ്സോടെ തന്റെ മറുപടി:

"ഒറ്റയ്ക്കല്ല. ഓർമ്മയുടെ നാലുകരയും കവിഞ്ഞ് നീ ഒഴുകുകയാണ്. അതിൽ കിടന്ന് ഓളംമീട്ടുന്ന ഞാനെങ്ങനെ ഒറ്റയ്ക്കാകും!"

കാഴ്ചയുടെ നാലാം ഊഴം അവൾ വീട്ടിൽ വന്നു. അയാളെ കാണാൻ വേണ്ടി മാത്രം. ഇത്തവണ അയാളോട് എന്തൊക്കെയോ പറയണമെന്ന് അവൾക്കുണ്ടായിരുന്നി രിക്കാം. അയാൾക്ക് തിരിച്ചും.

"എന്നെ അത്രയ്ക്ക് ഇഷ്ടമായിരുന്നോ?"

"ഒരുപാട്."

"എങ്കിൽ മരിക്കണ്ടായിരുന്നല്ലോ."

"എങ്കിൽ പിന്നെ ഞാൻ ആഗ്രഹിച്ച ഇങ്ങനെയൊരു കൂടിക്കാഴ്ച നടക്കില്ലല്ലോ!"

"എന്നെ കണ്ടാൽ മാത്രം മതിയായിരുന്നോ?"

"ഉം."

"അപ്പോൾ ഇനി പരസ്പരം കാണണ്ടേ?"

"കണ്ടുകൊണ്ടിരിക്കുകയല്ലേ!"

"അതിന് മരിച്ചുപോയില്ലേ!"

"നീ മരിച്ചില്ലല്ലോ!"

അവളുടെ ഒടുവിലത്തെ ചോദ്യത്തിന് അയാൾ മൗനം.

"എനിക്ക് ഇനിയും കാണാൻ തോന്നിയാൽ?"

കർമ്മി ഇടപെട്ടു:

"വായ്ക്കരി ഇടാൻ ആരെങ്കിലും ഉണ്ടെങ്കിൽ വരണം."

ഇല്ല. അടുത്ത ബന്ധുക്കളായിട്ട് ആരുമില്ല. ഉണ്ടായിരു ന്നവർ മരണപ്പെട്ടു. ഒടുവിൽ അവൾ അയാൾക്ക് വായ്ക്കരിയിട്ടു.

മരിച്ചുകിടക്കുമ്പോൾ മരവിപ്പ് പുണർന്ന അയാളുടെ മനസ്സും അവൾ പറഞ്ഞിരിക്കാനിടയുള്ള ചോദ്യം ആവർത്തിച്ചിരിക്കണം:

"തനിക്കവളെ ഒരിക്കൽക്കൂടി കാണണമെന്ന് തോന്നിയാൽ?"

മറുപടിയും അയാൾ തന്നെ പൂരിപ്പിച്ചു:

"തോന്നില്ല."

"കാരണം?"

"നിന്നെ കൊല്ലാൻ എനിക്കാകില്ല."

അവൾ കണ്ണുമിഴിച്ച് നിന്ന് എന്താണ് താൻ പറയുന്നതെന്ന് വീണ്ടും ചോദിച്ചിട്ടുണ്ടെങ്കിലോ! ഒടുവിലത്തെ തന്റെ മറുപടി:

"നിന്നെ കൊല്ലാനായിരുന്നെങ്കിൽ ഞാൻ മരിക്കില്ലായിരുന്നല്ലോ!"

# മാലാഖത്തേരിലെ സ്വർണ്ണം

ജനലഴികൾ കടന്ന് ഇടവേളകളില്ലാതെ ഇളംതെന്നൽ അവളെ കുളിരുട്ടിക്കൊണ്ടിരുന്നു. ഒരു കുടുസ്സുമുറിയിൽ അവൾക്ക് അഭിമുഖമായി ഇരുന്നെരിയുന്ന മെഴുകുതിരിനാളം കിതയ്ക്കുന്നുണ്ടായിരുന്നു. വിദൂരതയിൽനിന്നും ഒരു കുതിരയുടെ കുളമ്പടിയൊച്ച ചുറ്റുപാടും അലതല്ലി. പകുതി പിളർക്കപ്പെട്ട ജനൽവിടവുകളിലൂടെ അവളുടെ കണ്ണുകൾ പരതിനടന്നു.

പുറത്ത് നല്ല മഴ പെയ്യുന്നുണ്ടായിരുന്നു. മഴയുടെ കാളീ രൂപം പതുക്കെപ്പതുക്കെ വിട്ടൊഴിയാൻ തുടങ്ങി. അങ്ങ് ദൂരെ നിന്നും ഒരു തേര് മുന്നോട്ട് വന്നുകൊണ്ടിരുന്നു. അവൾ വളരെ ശ്രദ്ധിച്ച് അതിനരികിലേയ്ക്ക് നടന്നു. സ്വർണ്ണനിറത്തിലെ അത്യാകർഷകമായ തേരിന്റെ മിനാരത്തിൽ അവൾ നോക്കിനിന്നു. ആ കണ്ണുകളുടെ കാന്തി തേരാളിയായ എന്നെ ആകർഷിച്ചു. ഞാൻ തേര് തെളിച്ചു മുന്നോട്ടാഞ്ഞപ്പോൾ അവൾ പിന്നിൽ നിന്നും ഓടി വന്ന്പറഞ്ഞു:

"എനിക്ക്... എനിക്കീരഥത്തിൽ സഞ്ചരിക്കണം. എന്നെയും ഈ യാത്രയിൽ ഒപ്പം കൂട്ടാമോ?"

ഇതൊരു ലക്ഷ്യബോധമില്ലാത്ത യാത്രയാണ്! അറിയാത്ത വഴികളിലൂടെ സ്വയം അറിയാതെ സഞ്ചരിക്കുന്നു. അവിടേയ്ക്ക് എന്താണ് നിനക്കു കാര്യം എന്ന് ചോദിക്കാൻ എനിക്ക് മടിയുണ്ടായിരുന്നില്ല. എന്നാൽ ഞാൻ അവളോട് മൃദുവായി തിരക്കി:

"പരദേശിയായ എനിക്കൊപ്പം യാത്ര ചെയ്യാൻ കുട്ടിയുടെ വീട്ടുകാർ വിലക്കില്ലേ?"

പതിനഞ്ചുവയസ്സ് പ്രായം തോന്നിക്കുന്ന അവൾ മെലിഞ്ഞവശയായ തന്റെ വീടിനുനേരെ കൈയാട്ടി യാത്ര പറഞ്ഞു. അവിടെങ്ങും ആരും ഉണ്ടായിരുന്നില്ല.

"കുട്ടി കയറിക്കോളൂ."

ഞാൻ ഒന്നുമാലോചിക്കാതെ പറഞ്ഞു. അവളുടെ കണ്ണുകൾക്ക് തിളക്കം കൂടിക്കൂടി വരുന്നത് ഞാൻ ശ്രദ്ധിച്ചു. അവൾ എന്റെ കണ്ണുകളിൽ നോക്കി ക്കൊണ്ട് പറഞ്ഞു:

"ഞാൻ ഒറ്റയ്ക്കല്ല... എനിക്കൊപ്പം ഒരു കുതിര ഉണ്ട്."

കുതിരയൊ! അവളുടെ കണ്ണുകളുടെ ചിഴറ്റിനോട്ടം എന്റെ സംശയത്തെ അസ്ഥാനത്താക്കി കടന്നുകളഞ്ഞു. അവളുടെ കണ്ണുകൾ നാവിനു മുന്നേ കഥ പറയുന്നതു പോലെ!

"ദേ.. ഇതുപോലൊരു കുതിര."

അവൾ മഴയിൽ കുളിച്ചു കുതിർന്നുനിന്ന എന്റെ കുതിരയുടെ ഉടൽരോമ ങ്ങളിൽ കൈകൊണ്ടു പിഴിഞ്ഞ് വെള്ളം തുവർത്തിക്കൊണ്ടു പറഞ്ഞു:

"എന്റെ യാത്രകളെ നയിച്ചതും എന്നോടൊപ്പം യാത്രയിൽ പങ്കുചേർന്ന തും എല്ലാറ്റിനും കൂടെയുണ്ടായി രുന്നതും ആ കുതിരയാണ്."

അവൾ എന്റെ മുഖത്ത് നോക്കി. എല്ലാ ചോദ്യങ്ങളെയും ഉത്തരങ്ങ ളാക്കി മാറ്റുന്ന ആ കണ്ണുകളുടെ വർണ്ണ ഭംഗിയിൽ ഞാൻ മൗനം തുടർന്നു.

"ഈ യാത്രയിൽ ഞങ്ങളും കൂടിക്കോട്ടെ?"

ഒരപേക്ഷാസ്വരത്തിൽ അവൾ എന്നോട് ചോദിച്ചു. ഞാൻ മറു ത്തൊന്ന് പറയുന്നതിനു മുന്നേ അവൾ ഓടി തന്റെ വീടിനുള്ളിൽ കയറി. ഒരു കയറിന്റെ അറ്റവും കൈയിൽ വലിച്ചുപിടിച്ചു കൊണ്ട് എനിക്കരികി ലേക്ക് നടന്നുവന്നു. എന്റെ കണ്ണുകൾക്ക് അവിടെ ഒരു കുതിരയെ കാണാൻ കഴിഞ്ഞില്ല. അവൾ ഓടിവന്ന് രഥത്തിനോടടുത്തപ്പോഴാണ് ഞാൻ ആ കാഴ്ച കാണുന്നത്. അവളുടെ കാൽമുട്ടോളം പോന്ന ഒരു തടിക്കുതിര! അവൾ അതിനെ ഒരു കയറിൽ ബന്ധിപ്പിച്ച് വലിച്ചോണ്ടു വരുന്നു. ആ കാഴ്ച അവിശ്വസനീയമായിരുന്നു. അവൾ ചെളിപുതഞ്ഞ കാലുകൾ കൊണ്ട് വെള്ളം ചവിട്ടി ത്തെറിപ്പിച്ചു. മുഖത്ത് ഒരു ചിരി പടർത്തി ക്കൊണ്ട് തന്റെ തടിക്കുതിരയെ എടുത്ത് രഥത്തിന്റെ ഉള്ളിലേയ്ക്കുവെച്ചു. എന്റെ മുഖത്ത് ഒരിക്കൽക്കൂടി നോക്കിയ ശേഷം അവൾ പതുക്കെ രഥത്തിനുള്ളിൽ കയറി എനിക്കരികിൽ ഇരുന്നു. അപ്പോഴേയ്ക്കും മഴ പൂർണ്ണമായും തോർന്നുകഴിഞ്ഞി രുന്നു. "ഇനിപോകാം" എന്ന അവളുടെ കണ്ണുകളുടെ ആജ്ഞയും സ്വീകരിച്ച് എന്റെ സ്വർണ്ണത്തേര് ആ മാലാഖക്കുട്ടിയെയും കൊണ്ട് മുന്നോട്ട് നീങ്ങി. എന്റെ കൈ തേരു തെളിക്കുന്നതിനെ അവൾ തടഞ്ഞു:

"ഇങ്ങനെയല്ല. ദേ... മെല്ലെ. അതിനെ നോവിക്കാതെ വേണം. അതുങ്ങളാണ് നമുക്ക് വഴികാട്ടി."

അവളുടെ കുലുങ്ങിച്ചിരിയും ഒരു സന്ദേശം വഹിക്കുന്നതുപോലെ! എന്റെ വാചാലത എവിടെപ്പോയെന്ന് വഴികാട്ടിയായ കുതിരയും ചോദിക്കുന്നുണ്ടായിരുന്നെന്നോ! അവളുടെ കണ്ണുകൾ രഥത്തിനുള്ളിൽ ഓടി നടന്നു. ഇടയ്ക്കിടയ്ക്ക് "എന്തൊരു ഭംഗിയാണ്" എന്നവൾ പറഞ്ഞു കൊണ്ടിരുന്നു. സത്യം പറഞ്ഞാൽ... അപ്പോഴാണ് ഞാനും എന്റെ രഥത്തിന്റെ സൗന്ദര്യം ആസ്വദിക്കാൻ തുടങ്ങിയതെന്നു പറഞ്ഞാലും തെറ്റില്ല. അവൾ തന്റെ തടിക്കുതിരയെ തഴുകി യൊതുക്കിക്കൊണ്ടു പറഞ്ഞു:

"ഞങ്ങൾ ആദ്യമായാണ് ഇങ്ങനെ ഒരു കൂരയ്ക്കുള്ളിൽ. എന്തത്ഭുതമാണിത്! നിങ്ങൾ ഭാഗ്യവാനാണ്."

എനിക്ക് പെട്ടെന്ന് ചിരിയാണ് വന്നത്. എന്നെ ഗുണ ദോഷിക്കാത്ത, കുറ്റപ്പെടുത്താത്ത, അവഹേളിക്കാത്ത, ശപിക്കാത്ത ആരും തന്നെ എന്റെ ജീവിതത്തിൽ ഉണ്ടായിട്ടില്ല. എല്ലാം ഈ തേരായി മാറുമ്പോഴും ഞാൻ എന്റെ ജന്മത്തെ വെറുത്തിട്ടേയുള്ളൂ. കാണുന്നവരോടൊക്കെ എന്റെ സങ്കടം പേറുന്ന കഥകൾ പറഞ്ഞു ഞാൻ മടുത്തു. എന്നാൽ ഒരുപാടു കഥകളാൽ കുത്തിനിറയ്ക്കപ്പെട്ട ഈ പെൺകുട്ടി അവളെപ്പറ്റി പറയുകയുണ്ടായില്ല. ചെത്തുപൊളിഞ്ഞ വീടിനെപ്പറ്റിയൊ, കൂടെയില്ലാത്ത അച്ഛനമ്മമാരെപ്പറ്റിയൊ അവൾ വ്യാകുലപ്പെട്ടില്ല. എന്റെ ചിന്തയ്ക്ക് തടസ്സം വരുത്തിക്കൊണ്ട് അവളുടെ മൃദുലഭാഷണം എന്നിലേക്ക് അടുത്തുവന്നു:

"ഇവിടെ നിർത്തിക്കെ."

ഞാൻ പെട്ടെന്ന് പുറത്തേയ്ക്കു നോക്കി. അതൊരു തുറസ്സായ സ്ഥലമായിരുന്നു. പുൽച്ചെടിപോലും ഇല്ലാതെ വരണ്ടുകിടന്ന ആ മൺമെത്തയിൽ തേര് പതുക്കെ നിന്നു. അവൾ കൈ പുറത്തേയ്ക്കിട്ട് ചുറ്റുപാടും നോക്കി. മരുഭൂമിക്കു സമാനമായ ഇവിടെ എന്തു കാഴ്ചയാണ് ഉള്ളത് എന്ന ഭാവത്തിൽ ഞാൻ അവളെയൊന്നു നോക്കി. വൈകാതെ ഇടിനാദം കാതുകളെ പ്രകമ്പനം കൊള്ളിച്ചു. കാറ്റ് വീശിയടിക്കാൻ തുടങ്ങി. അവളുടെ ചുണ്ടുകളിൽപുതഞ്ഞ പുഞ്ചിരിക്ക് മുന്നിൽ എല്ലാം നിസ്സാരമാകുന്ന അവസ്ഥ. പുറത്തേയ്ക്കിട്ട അവളുടെ കൈക്കുമ്പിളിൽ മഴത്തുള്ളി ഒന്നിനു മീതെ ഒന്നായി പതിക്കുകയാണ്. അവൾ കൈകൾ പിൻവലിച്ചു കൊണ്ട് യാത്ര തുടങ്ങാമെന്ന് സൂചിപ്പിച്ചു. തേര് തെളിക്കുന്ന തിനിടയിൽ ഞാൻ അറിയാതെ ചോദിച്ചുപോയി:

"ഇതെന്താണ്? ഈ തരിശിടത്തിൽ മഴപെയ്യിക്കാൻ മാത്രം എന്തത്ഭുതമാണ് സംഭവിച്ചത്?"

അവൾ ചടുലമായ കണ്ണുകൾ ചുറ്റും പായിച്ചുകൊണ്ട് പറഞ്ഞു:

"സ്പർശിച്ചാൽ തളിർക്കാത്ത മുകുളങ്ങളുണ്ടോ?"

ഞാൻ ഉത്തരമില്ലാതെ പറന്നുനടക്കുകയായിരുന്നു. രഥം മുന്നോട്ടു നീങ്ങുന്ന ഓരോ വേളയിലും എന്റെ നിശ്ശബ്ദത രഥക്കാലുകളിൽ അരഞ്ഞു നീങ്ങി. അതൊരു നിലവിളിയായി എന്റെ കാതുകളിൽ ആഞ്ഞടിച്ചുകൊണ്ടിരുന്നു. അവൾ വായ്തോരാതെ സംസാരിക്കുന്നുണ്ടായിരുന്നു. ഞാൻ അവളെ നിശ്ശബ്ദതയോടെ കേട്ടിരുന്നു. കാഴ്ചകൾക്കെല്ലാം വല്ലാത്തൊരു പുതുമ വന്നു നിറയുന്ന ഒരനുഭൂതി. മനോഹരമായ ഒരു അരുവിയുടെ ഉണർത്തു പാട്ട് ചുറ്റിലും കേട്ടു. അരുവിയുടെ അരികിലൂടെയാണ് രഥം മുന്നോട്ടു നീങ്ങിക്കൊണ്ടിരുന്നത്. അതിനെത്തുടർന്ന് പുൽമെത്തയുറങ്ങുന്ന അപൂർവ്വമൊരുവനസാഗരത്തിലേയ്ക്കും ആ കാഴ്ച നീണ്ടു. എനിക്കെന്റെ കണ്ണുകളെ വിശ്വസിക്കാനായില്ല. എത്രയോ തവണ കടന്നുപോയ വഴികളാണ്! എന്നാൽ, അന്നൊന്നും ഇവയ്ക്ക് ഇത്രയും സൗന്ദര്യം ഉള്ളതായി തോന്നിയിരുന്നില്ല. ഇപ്പോൾ എല്ലാം പുതുപുത്തനായിരിക്കുന്നു. ഞാൻ അവളെയൊന്ന് തിരിഞ്ഞു നോക്കി. അവൾ സ്വർണ്ണത്തേരിനെ കണ്ണുകൾകൊണ്ട് കെട്ടിപ്പിടിക്കുകയാണ്. കുതറിയോടുന്ന അവളുടെ കണ്ണുകളിൽ നോക്കി ഞാൻ ചോദിച്ചു:

"ഇതിനു മുൻപ് ഇവിടെയൊക്കെ വന്നിട്ടുണ്ടോ?"

അവൾ ഇല്ലെന്നു തലയാട്ടുക മാത്രം ചെയ്തു.

"എന്തു ഭംഗിയാ അല്ലേ?"

അവൾ എന്റെ മിനാരത്തിനുള്ളിൽ നിന്നും തലയെടുക്കാതെ തന്നെ പറഞ്ഞു:

"ഇവയെല്ലാം എന്നും ഇങ്ങനെ തന്നെ നിലനിക്കുമെന്ന് എന്താണ് ഉറപ്പ്? എല്ലാം മാറും. എന്നെപ്പോലെ!"

അവളുടെ കണ്ണുകൾ ഇതാദ്യമായി കൂമ്പിപ്പോയിരിക്കുന്നു. എനിക്ക് കൂടുതലൊന്നും ചോദിക്കാൻ കഴിഞ്ഞില്ല. അല്ല, ഇതിലും വ്യക്തമായി അവൾ എന്തു പറയാനാണ്!

"ഇനി മടങ്ങാം."

ഇതുപറയുമ്പോൾ അവളുടെ മുഖം വാടിയിരുന്നു. ഞാൻ രഥം കടന്നു വന്ന വഴികളിലൂടെ മടക്കയാത്ര തുടർന്നപ്പോൾ അവളുടെ വാചാലത ആകെ അസ്തമിച്ചു. തേര് മുന്നോട്ടു കുതിച്ചുപാഞ്ഞപ്പോൾ അവൾ എന്നോട് ആവർ ത്തിച്ചു:

"നിങ്ങൾ ഭാഗ്യവാനാണ്."

ദേ... ഈ നിമിഷം മുതൽ ഈ തേരിനുള്ളിൽ അമർന്നിരിക്കുമ്പോൾ എനിക്കും തോന്നിത്തുടങ്ങി. അതെ! ഞാൻ ഭാഗ്യവാനാണ്? എന്നിലെ നിഷേധാത്മക പ്രതികരണം മാറിയപ്പോൾ ഞാൻ എന്നെത്തന്നെ അറിഞ്ഞു

ളുടങ്ങി. കാഴ്ചകൾ കണ്ടുതുടങ്ങി. അവൾ പറഞ്ഞുവച്ച കാര്യങ്ങൾ എന്നിൽ ചില ചലനങ്ങളുണ്ടാക്കുന്നുണ്ടായിരുന്നു.

"സ്പർശനത്താൽ തളിർക്കാത്ത മുകുളങ്ങളില്ല."

അർത്ഥങ്ങൾ എനിക്ക് മുന്നിൽ അഴിഞ്ഞു വീണു കൊണ്ടിരുന്നു. തേര് മുന്നോട്ട് കുതിച്ചുപാഞ്ഞു. അവളുടെ കൈകൾ തടിക്കുതിരയുമേൽ താളം പിടിച്ചു. കടന്നുപോയ വഴികളൊക്കെയും പുതിയ മാറ്റങ്ങളാൽ ത്രസിച്ചിരിക്കുന്നു. രഥം അവളുടെ ചെറിയ വീടിനുമുന്നിൽ നിന്നു. ഞാൻ അവളെ പിൻതിരിഞ്ഞു നോക്കി. അവൾ തന്റെ തടിക്കുതിരയെയും കയ്യിലെടുത്ത് തേരിൽ നിന്നിറങ്ങി. കുതിരയെ താഴെവച്ച് കയറിന്റെ ഒരറ്റം കയ്യിൽ മുറുകെ പിടിച്ച് അവൾ നടന്നു. അവൾക്ക് വികാരവും ബന്ധുത്വവുമായ ഏകവസ്തു അതായിരിക്കണം എന്ന് ഞാൻ ഇതിനോടകം മനസ്സിലാക്കി. അവൾ ഉമ്മറം കടന്ന് വീടിനുള്ളിലേയ്ക്ക് കടക്കുന്നതും നോക്കി ഞാൻ ഇരുന്നു. അപ്പോഴേയ്ക്കും മഴ പെയ്യാൻ തുടങ്ങി. കാറ്റിനോട് മത്സരിച്ച് മഴ തകർത്തു പെയ്യുന്നു. ഞാൻ ഒരിക്കൽക്കൂടി ആ ജനൽപ്പഴുതിലൂടെ അവളെ നോക്കി. അവളുടെ കുടുസ്സു മുറിയിലെ മെഴുകുതിരി നാളം കെട്ടുപോയിരിക്കുന്നു. പാതി പിളർന്ന ജനൽ വാതിൽക്കൽ താങ്ങിനിന്ന അവളെ ഒരു നിഴലുപോലെ എനിക്ക് കാണാമായിരുന്നു. ആ മാലാഖക്കുട്ടി മഴനൂലിലെ ഒരത്ഭുതം പോലെ എന്നിലേയ്ക്ക് വന്നുപതിച്ചു കൊണ്ടിരുന്നു...

# ഷീബ പുറത്താണ്!

രാവിലത്തെ തിരക്കൊക്കെ കഴിഞ്ഞ് ഫോൺ തുറന്നു നോക്കിയപ്പൊ ഒരേനമ്പരീന്ന് അടുപ്പിച്ചടുപ്പിച്ച് മൂന്നും നാലും കാളുകൾ. കുട്ട്യോളെ സ്കൂളിൽ അയക്കേണ്ട തിടുക്കത്തിലായോണ്ട് ഫോൺ എടുക്കാൻ പറ്റീല്ല. അത്ര അത്യാവശ്യക്കാർ ആരുമല്ലെന്ന് ഉറപ്പുള്ളതു കൊണ്ടുതന്നെ നാലാമത്തെകാളും സാരമായി കണ്ടില്ല. കുടുംബശ്രീലെ ജാനകി താത്തയോ സെൽവിചേച്ചിയോ മറ്റോ ആകുമെന്നാ കരുതിയെ. ട്രൂകാളറീ നോക്കി ആളാരാന്ന് കണ്ടുപിടിച്ചു. ഏതോ ഒരു ആനന്ദക്കുട്ടൻ. ഒട്ടും പരിചയമില്ലാത്ത പേര്. തിരിച്ചുവിളിക്കാൻ ഒരു മടി. അതുകൊണ്ട് ഫോൺ എടുത്ത് ഫേസ്ബുക്ക് പരതല് തുടങ്ങി. ഇടയ്ക്കൊക്കെ കുത്തിക്കുറിക്കുന്ന കവിതേടെ കമന്റ് പെട്ടികൾ പരിശോധിച്ചു. അപ്പൊ അതാപിന്നേം അതേ നമ്പരീന്ന് കാള്. കുറച്ചു മടിച്ചാണെങ്കിലും ഫോൺ എടുത്ത് ചെവീല് വച്ചു.

"ഹലോ..." ന്റെ ശബ്ദത്തിൽ ഇടർച്ചയൊന്നും ഇല്ലല്ലോ അല്ലേ?

തുടർന്ന് മറുതലയ്ക്കൽ നിന്നും ഗാംഭീര്യമുള്ള സ്വരം:

"ഹലോ."

അതുകേട്ടതും ഞാൻ ചെറുതായൊന്ന് വിറച്ചു. എനിക്കങ്ങനെ ഫോണില് അധികം വർത്താനം പറഞ്ഞൊ ന്നും ശീലമില്ല. എങ്കിലും ഞാൻ മറുപടി പറഞ്ഞു:

"ഹലോ...ആരാത്?"

എന്റെ സംസാരത്തില് വിറയലൊന്നും ഇല്ലായിരുന്നെന്ന തോന്നുന്നു.

"ഇത് ഷീബ പുറത്തല്ലേ?"

ഷീബ പുറത്തോ! ഇതെങ്ങനെ ഇയാൾ അറിഞ്ഞു? വീട്ടില് ഞാൻ ഷീബ കുര്യൻ ആണ്. അങ്ങനെ ആയിരുന്നാ മതീന്നാ കെട്ടിക്കൊണ്ട് വന്നപ്പൊ മുതല് കുര്യച്ചൻ പറഞ്ഞിട്ടുള്ളത്. അങ്ങനെ തന്നെയല്ലേ വേണ്ട

തെന്ന ഞാനും. ഫേസ്ബുക്കിൽ മാത്രമാണ് ഷീബ പുറത്ത്. എങ്കിലും കൂടുതൽ ഒന്നും ആലോചിക്കാതെ അതെ അതെ എന്ന് രണ്ടു വട്ടം ആ കുട്ടനോട് തലകുലുക്കി ഉത്തരം പറഞ്ഞു.

“നിങ്ങളുടെ കവിത അവാർഡിന് അർഹമായിട്ടുണ്ട്.”

സത്യം പറയാമല്ലോ. ഇത്തവണ ഞാൻ ഞെട്ടിപ്പോയി. ബലം നഷ്ടപ്പെട്ട് പതിഞ്ഞ ശബ്ദത്തിൽ ചോദിച്ചു:

“അവാർഡോ!... എനിക്കോ?“

“എന്താ സംശയം! നിങ്ങൾ ഒരു അസാധ്യകവിയാണ്. കാവ്യഭാവന തുളുമ്പുന്ന വരികൾ. ഹാ..!”

ഞാൻ പെട്ടെന്ന് ചെവിയിൽ ഹെഡ്സെറ്റ് എടുത്തുവച്ച് അയാള് പറയുന്നത് കേൾക്കുന്നതിനോടൊപ്പം ഫേസ്ബുക്കിലെ എന്റെ കവിതകൾ വായിച്ചുനോക്കി. എഴുതിയതിൽ പിന്നെ അന്നാണ് ആദ്യമായി ഞാൻ എന്റെ കവിത വായിക്കുന്നത്. പത്ത് നൂറ് ലൈക്ക്, അമ്പതോളം കമന്റ്, രണ്ട് ഷെയറ്. അയാള് പറഞ്ഞത് നേരാണ്. ഒക്കെയും അസ്സലായിട്ടുണ്ട്!

“എഴുത്ത് എന്റെ ഒരു പാഷനാണ്. വായിക്കുന്ന വരൊക്കെ പറയും കവിതകൾ അതിഗംഭീരമാണെന്ന്.“ ഇതുപറയുമ്പോൾ എനിക്ക് വല്ലാത്തൊരു ധൈര്യം കിട്ടിയതുപോലെ തോന്നി.

“ഈ വർഷത്തെ ബഷീർ പുരസ്കാരം ഷീബ പുറത്തിനാണ്. ഞങ്ങളുടെ സമിതിയാണ് അവാർഡ് നിശ്ചയിച്ചത്. വരുന്ന മാസം 23 - ന് തിരുവനന്തപുരത്തുവച്ചാകും പുരസ്കാരം സമ്മാനിക്കുക.”

“സന്തോഷം സന്തോഷം”

ഞാൻ സംഭാഷണം തീരെ ചുരുക്കി ശബ്ദം കനപ്പിച്ചു പറഞ്ഞു. ആനന്ദക്കുട്ടൻ ബഷീർ പുരസ്കാരത്തിന്റെ വിശദീകരണം തുടർന്നു. അതിനെല്ലാം ഞാൻ ഓക്കെ പറഞ്ഞ് അവാർഡ് എനിക്ക് തന്നെയെന്ന് ഉറപ്പുവരുത്തി.

“പിന്നെ...ഈ അവാർഡ്പരിപാടി സംഘടിപ്പിക്കാനൊക്കെയായി ഒരുപാട് പണച്ചിലവ് ഉണ്ടാകുമെന്ന് അറിയാമല്ലോ! ഇതെന്റെ ഗൂഗിൾ പേ നമ്പർ ആണ്. ബാക്കി കാര്യങ്ങൾ ഇടയ്ക്കിടയ്ക്ക് ഓർമ്മിപ്പിക്കാം.”

ഇത്തവണ ഓക്കെ പറയുമ്പോൾ എനിക്ക് വല്ലാത്തൊരു ആത്മവിശ്വാസമായിരുന്നു. കുര്യച്ചനോട് പറയണം ഇനി മുതൽ ഷീബ പുറത്താണെന്ന്.

# ഡിജിറ്റൽ മരണം

മരിച്ചുപോയപ്പോഴാണ് അപ്പുണ്ണിനായർക്ക് ഇതാദ്യമായി ഒന്ന് ജീവിച്ചിരുന്നെങ്കിലെന്ന് തോന്നുന്നത്! കൂടെപ്പിറപ്പുകൾക്കും മക്കൾക്കും പേരക്കിടാങ്ങൾക്കും തന്നോട് ഇത്രമാത്രം സ്നേഹമുണ്ടായിരുന്നോ എന്ന് അയാൾ അമ്പരന്നു. തൂങ്ങേണ്ടിയിരുന്നില്ല. ഒരുമുഴം കയറിൽ ജീവനൊടുക്കാൻ മാത്രം ധൈര്യം തനിക്കുണ്ടായിരുന്നോ?

"അപ്പൂപ്പൻ എന്നാ മരിക്കണേ?"

മൂത്തവന്റെ ഇളയ സന്തതി ഇന്നലെക്കൂടി ചോദിച്ചതേയുള്ളൂ. രസിച്ചു ചിരിച്ചതല്ലാതെ മരിക്കുന്ന കാര്യം ചിന്തയിലോടിയില്ല. കുറച്ചു സാമ്പത്തികബുദ്ധിമുട്ടുകൾ ഉണ്ട്. അതുകൊണ്ടുള്ള അവഗണനയും. മക്കളോട് ചോദിച്ചാൽ അവര് പണം തരില്ല. നാളെ പേരക്കുട്ടിയുടെ ആറാമത്തെ പിറന്നാളാണ്. അപ്പൂപ്പൻ എന്തെങ്കിലും വാങ്ങിക്കൊടുക്കണ്ടേ! അതിന് പണമെവിടെ? തീറ്റയും കുടിയും കിടപ്പും മൂത്തമോന്റെ ഔദാര്യത്തിലും. അവനും വിരട്ടിത്തുടങ്ങി. വീട്ടിൽ നിന്ന് ഇറങ്ങിക്കൊടുക്കാൻ പറയാതെ പറയുന്നുണ്ട്. ഇതൊ ക്കെയല്ലാതെ വലിയ പ്രശ്നങ്ങളൊന്നും തൂങ്ങിമരിക്കാൻ ഉണ്ടായിരുന്നില്ല. പിന്നെ ഭാഗ്യവശാൽ വീട്ടുകാരി കിടക്കയിൽ നിന്ന് എണീക്കില്ല. ബോധവുമില്ല. ഇല്ലെങ്കിൽ അവളെക്കൂടി കൂട്ടുമായിരുന്നു. ഇതിപ്പോൾ മരിച്ചപ്പോഴാണ് അമളി മനസ്സിലായത്; മക്കളും കൊച്ചുമക്കളും വലിയ സ്നേഹത്തോടെ അടുത്തുണ്ട്.

"മോനേ... അപ്പൂപ്പനെയും കൂട്ടി ഒരു സെൽഫി എട് നീ" എന്ന് പറഞ്ഞാൽ പണ്ട് പിള്ളേര് കേക്കില്ല. ദേ ഇപ്പൊ കണ്ടില്ലേ? ആരും അടുത്ത് നിന്ന് മാറുന്നില്ല. സെൽഫി എടുക്കലും ഈച്ചയടിക്കലുമായി വലിയ ബഹളമാണ്!

"അപ്പുണ്ണീ... ന്റെ ചെറുകുട്ടിന്റെയും ബീവീടെയും പടമെടുത്ത് മറ്റേ ബുക്കിലിട്ടു. നിറേ പേര് കണ്ടെന്നൊക്കെയാ പറേണത്."

മോമ്മദ് മുൻപ് അവന്റെ വീട്ടുവിശേഷമൊക്കെ പറയുമ്പോ കണ്ണീന്ന് വെള്ളം വരുമായിരുന്നു. ഇനി മോമ്മദിന് കാണാല്ലോ എന്നെയും അവന്റെ ഫോണിലൂടെ. വീടിനു മുന്നിൽ പന്തൽ കെട്ടാനൊക്കെയായി മക്കള് കായി കുറേ തീർത്തിട്ടുണ്ട്. എന്തിനാണ് മക്കളെ അച്ഛനെ ഇങ്ങനെ സ്നേഹിക്കണേ?

എങ്കിലും ഒരു സങ്കടം ബാക്കിയുള്ളത് കെട്ടിയോളെ ഓർത്തിട്ടാണ്. അവളെക്കൂടെ കൊണ്ടുപോന്നെങ്കിൽ അവൾക്കും ഇക്കണ്ട സ്നേഹം മുഴുക്കെ അനുഭവിക്കാമായി രുന്നില്ലേ!

"ഹോ! ഈ ചിത കത്തി എരിയുന്നതിനുമുമ്പ് ഒന്നുകൂടി ജീവിച്ച മരിച്ചിരുന്നെങ്കിൽ!"

പഠനം

# ചെറുകഥകൾ തികച്ചും അസാധാരണം; വിശിഷ്ടവും

- ജി.എൻ പണിക്കർ

പ്രശസ്തകവിയും ചെറുകഥാകൃത്തും ഉൾക്കാഴ്ച ഏറെയുള്ള വിമർശകനും സംഘാടകനും ഈ ലേഖകന്റെ ചിരകാല സുഹൃത്തുമായ ശ്രീ തലയൽ മനോഹരൻ നായരാണ് എം.കോം.വിദ്യാർത്ഥിയും വെങ്ങാനൂർ സ്വദേശിയുമായ നീതു യു.വി. യെ എനിക്കു പരിചയപ്പെടുത്തിത്തന്നത്. എന്റെ പൂർവ്വശിഷ്യമാരിൽ ഒരാളെപ്പോലെ ഞാൻ കണ്ട നീതുവിന്റെ 'വരത്തേറ്റകൾ' എന്ന കഥാസമാഹാരത്തെക്കുറിച്ച് ഒരാസ്വാദനം എഴുതണമെന്നാണ് അവരിരുവരും എന്നോട് ആവശ്യപ്പെട്ടത്. അത് ചെയ്യാമെന്ന് ഞാൻ സമ്മതിച്ചത് ഏറെ നന്നായെന്ന് അനുഭവപ്പെട്ടു, നീതുവിന്റെ അസാധാരണമായ ചെറുകഥകൾ വായിച്ചു തുടങ്ങിയപ്പോൾത്തന്നെ.

'ഇതിനുള്ളിൽ' എന്നോ 'ചെറുകഥകൾ' എന്നോ നാം സാധാരണയായി കാണാറുള്ള 'ഉള്ളടക്ക'ത്തിന്റെ തലക്കെട്ടായി നീതു കൊടുത്തിരിക്കുന്നത് 'കഥാവാതിൽ' എന്നാണ്. ആകർഷകവും വിഭിന്നവുമായ അനുഭവങ്ങൾ നിറഞ്ഞ ഒരു അസാധാരണ കെട്ടിടത്തിലേക്കുള്ള നമ്മുടെ പ്രവേശനം സൂചിപ്പിക്കുന്ന 'കഥാവാതിൽ'. പതിനാല് ചെറുകഥകളാണ് ഈ സമാഹാരത്തിലുള്ളത്. സമാഹാരത്തിന് ആമുഖമായും സമാപനമായും ഓരോ ഖണ്ഡികയും എഴുതിച്ചേർത്തിരിക്കുന്നു നീതു. ആമുഖഖണ്ഡിക ഇതാണ്:

'സൂര്യൻ നടന്നുപോയ വഴികളെല്ലാം
ഞാൻ തിരഞ്ഞു. ഏറ്റവും കൂടുതൽ
വെളിച്ചം എവിടെയാണെന്നറിയാൻ.
ഒടുവിൽ സൂര്യൻ തന്നെ പറഞ്ഞു:
'ഏറ്റവും വലിയ വെളിച്ചം രാവാണ്.
ഏറ്റവും വലിയ സത്യവും അതുതന്നെ.
രാത്രികളിൽ നക്ഷത്രങ്ങളും ചന്ദ്രനും
വെളിച്ചം നൽകുന്നത് മനുഷ്യർ

ഇരുളാണ്ടുപോകാതിരിക്കാൻ
വേണ്ടി മാത്രമാണ്...'

കഥാസമാഹാരത്തിന്റെ സമാപനഖണ്ഡികയായി, പുസ്തകത്തിന്റെ അവസാനപുറത്ത് നീതു യു.വി. എഴുതിയിരിക്കുന്നു:

'കഥകളവസാനിച്ചു. പതിനാലാം ദിവസം.
സൂര്യൻ ഇരുട്ടിന്റെ പാനപാത്രം വച്ചുനീട്ടി.
അതിലൊരു മനുഷ്യദേഹത്തിന്റെ
നിഴൽ കലർന്ന പാനീയമുണ്ടായിരുന്നു.
കണ്ണുനീരുപ്പും ഹൃദയത്തിന്റെ രക്തരുചിയും
സ്നേഹത്തിന്റെ മധുരവും അതിൽ കലർന്നിരുന്നു.
നിഴലിനുമേൽ നുരഞ്ഞുപൊന്തിയ നക്ഷത്രങ്ങളെ
സൂര്യൻ കഥയെന്നു പേരുചൊല്ലി വിളിച്ചു.
ഞാനതിനെയപ്പോഴും അക്ഷരമെന്നു
തിരുത്തിവായിച്ചു. അക്ഷരങ്ങൾ സൂര്യനോളം
പ്രകാശിക്കുന്ന നിലാവായി. നിഴലും നിലാവും
ഒന്നിച്ചുചേരുമ്പോൾ അത് ജീവിതമാകുന്നെന്ന്
തിരിച്ചറിഞ്ഞു. ദൈവമപ്പോൾ ഇരവുപകലുകൾ
ഒന്നിക്കുന്ന സന്ധ്യയെ മനുഷ്യനെന്ന
ഒറ്റവാക്കിൽ ചുരുക്കിക്കൊണ്ട്
നിശ്ശബ്ദനായിരുന്നു...'

പതിനാല് ദിവസങ്ങൾകൊണ്ട് നീതു എഴുതിത്തീർത്തത് പതിനാല് കഥകളാണ്. 'പോരായ്മകൾ അല്ലേ . . .എന്റെ അലങ്കാരം!' എന്ന കഥയുമായി തുടങ്ങുന്ന സമാഹാരം അവസാനിക്കുന്നത് 'ഡിജിറ്റൽ മരണ'വുമായാണ്.

കഥാസമാഹാരത്തിന്റെ തുടക്കത്തിലുണ്ട് ഡോ.ജോർജ്ജ് ഓണക്കൂർ എഴുതിയ 'മാലാഖമാരുടെ കണ്ണുനീർ' എന്ന അവതാരിക. അവതാരിക നീതു യു.വി.യുടെ ചെറു കഥകളുടെ അസാധാരണസവിശേഷതകൾ ചൂണ്ടിക്കാട്ടുന്നുണ്ട്.

നീതു യു.വി.യുടെ ആമുഖഖണ്ഡികയും സമാപനഖണ്ഡികയും അവയുടെ അസാധാരണത്വം കൊണ്ടുതന്നെ നമ്മെ ആകർഷിക്കുന്നു. സൂര്യനോടൊപ്പം നടക്കുകയാണ് കഥാകൃത്ത്; ഏറ്റവും കൂടുതൽ വെളിച്ചം എവിടെയാണുള്ളതെന്നറിയാൻ. ഒടുവിൽ സൂര്യൻ തന്നോടൊപ്പം നടക്കുന്ന കഥാകൃത്തി

നോട് പറഞ്ഞു, രാവാണ് ഏറ്റവും വലിയ വെളിച്ചമെന്ന്, ഏറ്റവും വലിയ സത്യവുമെന്ന്. രാത്രികളിൽ നക്ഷത്രങ്ങളും ചന്ദ്രനും വെളിച്ചം നല്കുന്നത് മനുഷ്യർ ഇരുളാണ്ടുപോകാതിരിക്കാൻ വേണ്ടി മാത്രമാണെന്നും. നിരവധി വ്യാഖ്യാനങ്ങൾക്ക് വഴിതെളിക്കുന്ന സങ്കല്പങ്ങളും ഭാഷാപ്രയോഗവും.

'പോരായ്മകൾ അല്ലേ എന്റെ അലങ്കാരം!' എന്ന കഥ നോക്കാം. അദ്ധ്യാപികയായ ഭാര്യയെ ബൈക്കിൽ സ്കൂളിനു മുന്നിൽ കൊണ്ടുവിട്ട ഭർത്താവ് തന്നെ ഒരു മാദകസുന്ദരി താല്പര്യത്തോടെ നോക്കിനിൽക്കുന്നതു കണ്ടു. വൈകുന്നേരം ഭാര്യയെ സ്കൂളിൽ നിന്ന് ബൈക്കിൽ വീട്ടിലെത്തിച്ചപ്പോൾ ഭർത്താവിന് മനസ്സ് ആകെ തകർന്നമട്ടായിരുന്നു. രാവിലെ കണ്ടവളെ വൈകുന്നേരവും കാണാൻ കഴിഞ്ഞില്ല. അവളുടെ മാദകത്വം അയാളിൽ അപൂർവ്വമായ ചലനങ്ങൾ സൃഷ്ടിച്ചു. ക്യാൻസർ രോഗികൾക്കായി ഭാര്യ മുടിമുറിച്ചു നൽകിയത് ശരിയായില്ലെന്ന വീണ്ടുവിചാരം ഭർത്താവിനുണ്ടായത് രാവിലെ കണ്ടവളുടെ സമൃദ്ധമായി നീണ്ടുതാഴ്ന്നുകിടന്ന തലമുടിയുടെ ദൃശ്യമാണ്. പിറ്റേന്ന് ആ യുവതി അയാളുടെ അടുത്തെത്തി. ലോകോളേജിൽ പഠിച്ചപ്പോഴും അതിനുശേഷവും തന്നോട് അവൾ പറഞ്ഞിരുന്നത് അയാൾ അപ്പോൾ ഓർത്തു: 'നമ്മൾ നമുക്കു വേണ്ടി പിറന്നവർ.' ഒടുവിൽ ജീവിതം ഗതിമുട്ടിയപ്പോൾ പ്രണയം ഉപേക്ഷിച്ച് അവൾ മദ്രാസിലേക്ക് കടന്നു കളഞ്ഞു. 'ശ്യാം' എന്ന് അയാളുടെ പേരു വിളിക്കുകയും 'നീ ആളുമാറിയിട്ടില്ലല്ലോ ശ്യാം' എന്നു പറയുകയും ചെയ്തു അവൾ. അടുത്ത ദിവസം തമ്മിൽ കാണാമെന്നു പറഞ്ഞ് അവർ പിരിഞ്ഞു. ആ രാത്രി ഭാര്യയോട് കലഹിക്കാൻ അയാൾ കാരണങ്ങൾ തിരഞ്ഞു. മുൻപ് പലപ്പോഴും അവളെ വേദനിപ്പിച്ചിട്ടുള്ള ആ വാക്യം അയാൾ ആവർത്തിച്ചു. 'അമ്മയായില്ലെങ്കിലും നിനക്ക് ഞാൻ മകനല്ലേ?' ഉള്ളിൽ തട്ടിയ ദുഃഖത്തോടെ അവൾ പറഞ്ഞു: 'ഒരു കുഞ്ഞിനെ പ്രസവിക്കാൻ കഴിയാത്ത എന്നെ ചേട്ടൻ ഉപേക്ഷിക്കണം.' പിറ്റേന്ന് ശ്യാമും പഴയകാമുകിയും തമ്മിൽ കാണുന്നു, സംസാരിക്കുന്നു. സംഭാഷണം കോഫി ഹൗസിനുള്ളിൽ ഒതുങ്ങി നിന്നില്ല. അവൾ അയാളുടെ വീട്ടിലെത്തി. ഭർത്താവിനുള്ള പിറന്നാൾ സമ്മാനവുമായി വീട്ടിലെത്തിയ ഭാര്യ കാണുന്നത് പഴയ കാമുകിയുമൊത്ത് കെട്ടിപ്പിടിച്ചുകിടക്കുന്ന ഭർത്താവിനെയാണ്. അവളുടെ അടുക്കിവച്ചിരുന്ന വസ്ത്രങ്ങൾക്കു മുകളിൽ അലങ്കോലമായി കിടന്ന ചുവന്ന സിൽക്കുസാരി ഭാര്യ കാണുന്നു. പരിഭ്രമിച്ച ഭർത്താവിന്റെ ചോദ്യം :

'നീയിന്നു നേരത്തെ വന്നോ?'

അവളുടെ ഉത്തരം അപ്രതീക്ഷിതമായിരുന്നു:

'ഞാനിന്നു കുറച്ചു വൈകിപ്പോയി.'

ചെറുകഥാകൃത്തെന്ന നിലയിൽ നീതു യു.വി.ക്കുള്ള പ്രത്യേകതകൾ ഈ കഥതന്നെ വ്യക്തമാക്കുന്നു. ഭർത്താവിന്റെ പേരുമാത്രമേ നീതു പറയുന്നുള്ളൂ. ശ്യാമിന്റെ ജീവിതത്തെ ആകെ ഗ്രഹിച്ചുനിൽക്കുന്നത് അയാൾ വിവാഹം ചെയ്ത ഭാര്യയും കുറേ മുൻപ് അയാളെ ലോകോളേജിൽ വച്ച് പ്രേമാധീനനാക്കിയിട്ട് വീട്ടുകാരുടെ ഇഷ്ടപ്രകാരം അയാളെ ഉപേക്ഷിച്ച് മദ്രാസിലേയ്ക്ക് പോയെങ്കിലും വീണ്ടും അയാളെ കാണാൻ തിരിച്ചെത്തുന്ന മാദകസുന്ദരിയായ പൂർവ്വകാമുകിയുമാണ്. സുഖക്കേടുകാരിയായ അമ്മയ്ക്കു വേണ്ടിയാണ് താൻ വിവാഹം ചെയ്തതെന്ന് ശ്യാം ഓർക്കുന്നുമുണ്ട്. ശാരീരികവും മാനസികവുമായ സ്ത്രീ-പുരുഷ ബന്ധങ്ങളാണ് കഥയുടെ ഊടും പാവും. സെക്സിന്റെ – ലൈംഗികതയുടെ – അതിപ്രസരത്തിന് ശരിക്കും സാധ്യതയുള്ള സന്ദർഭങ്ങൾ നീതു ധ്വനിപ്പിച്ചുവിട്ടിരിക്കുകയാണ്. അതേ സമയം, ശ്യാമിനെ പ്രതിക്കൂട്ടിൽ കയറ്റി നിർത്തുന്നുമില്ല കഥാകൃത്ത്. തികച്ചും സ്ഫോടനാത്മകമായ അന്ത്യരംഗം എത്ര വിദഗ്ധമായി നീതു യു.വി. കൊണ്ടുവന്നിരിക്കുന്നു. പരിഭ്രമത്തോടെ 'നീയിന്നു നേരത്തെ വന്നോ?' എന്ന ശ്യാമിന്റെ ചോദ്യത്തിന് ശാന്തയായി നിന്ന് ഭാര്യ പറയുന്ന മറുപടി 'ഞാനിന്ന് കുറച്ച് വൈകിപ്പോയി' എന്ന മറുപടി ധ്വനിപ്പിക്കുന്നത് എത്ര ശക്തമായ വികാരമാണ്. സാധാരണ സ്ത്രീകൾക്കൊന്നും കഴിയാത്തതാണ് നീതുവിന്റെ നാമരഹിതയായ ഭാര്യചെയ്യുന്നത്.

വീണവായിക്കാനും സാഹിത്യരചന നടത്താനും കഴിവുള്ള ഒരു ഭാര്യ ബാങ്കുദ്യോഗസ്ഥനും മദ്യപനും ഭാര്യയുടെ കലാവാസനയും സാഹിത്യരചനയുമൊന്നും അംഗീകരിക്കാത്തവനുമായ ഭർത്താവിന്റെ നിരന്തര പീഢനത്തിന് പാത്രമാവുന്ന കഥയാണ് 'ആണധികാരം'. ഭർത്താവ് വീട്ടിലില്ലാത്തപ്പോഴാണ് അവൾ വീണവായിക്കുകയും സാഹിത്യരചന നടത്തുകയും ചെയ്യുക. അയാൾ വീട്ടിലുള്ളപ്പോൾ അയാളുടെ കാതിലും കണ്ണിലും പെടാതെയാവും അതുരണ്ടും അവൾ ചെയ്യുക. ഇടയ്ക്കിടെ അയാൾ അധികാരഭാവത്തോടെ അവളോട് പറഞ്ഞുകൊണ്ടിരുന്നു:

'മതി. എല്ലാം നിർത്തിക്കൊള്ളണം. നിന്റെ സംഗീതവും സാഹിത്യവും എല്ലാം മതി. ബാങ്ക് മാനേജരായ എന്റെ ശമ്പളം മതി നിന്നെ പോറ്റാൻ'. ഒന്ന് പൊട്ടിക്കരഞ്ഞ് മനസ്സിനെ ശാന്തമാക്കാൻ അവൾ അതിയായി ആഗ്രഹിച്ചു. പുറത്ത് മഴ പെയ്യുമ്പോൾ അവളുടെ മനസ്സും അതോടൊപ്പം പ്രക്ഷുബ്ധമാവുകയും ശാന്തമാവുകയും ചെയ്യും. പ്രകൃതിയുമായി, പ്രപഞ്ചവുമായി ഇത്തരം താദാത്മ്യപ്പെടലുകൾ നീതുവിന്റെ പലകഥാപാത്രങ്ങൾക്കുമുണ്ട്.

അടുക്കളത്തിണ്ണയിൽ മെഴുകുതിരിതെളിയിച്ച് അവൾ നിലത്ത് മുട്ടുകുത്തിയിരുന്ന് തിണ്ണയിൽ കടലാസ് വച്ച് തൂലിക കടലാസിനുമേലെ പടർത്താൻ തുടങ്ങി. അവൾ ഇങ്ങനെ എഴുതി:

'ജീവിതത്തിൽ ഒരിക്കലും തോറ്റിട്ടില്ലെന്ന് എനിക്ക് എന്നെത്തന്നെ വിശ്വസിപ്പിക്കാൻ. . . ഇനി ഒരിക്കലും തോൽക്കാതിരിക്കാൻ. . .'

അത്രയുമെഴുതിക്കഴിഞ്ഞപ്പോൾ അവളുടെ തൂലികയ്ക്കു വല്ലാത്തൊരു പ്രതിരോധം നേരിട്ടു. അവൾ തന്റെ കഴിഞ്ഞ കാലം ഓർത്തെടുക്കുക യായിരുന്നു. അടർന്നുപോയ ഇലയെ യഥാസ്ഥാനത്ത് തിരികെ ഒട്ടിച്ചു വയ്ക്കുന്ന അപ്രായോഗിക തയെപ്പോലെ അവൾ ഓർമ്മകൾ കൊരുത്തു കൊണ്ടിരുന്നു. തന്റെ സ്വപ്നങ്ങൾ, ഭൂതകാലം ഒരു കഥയാക്കി മാറ്റുകയായി അവൾ. പാമ്പുകളുടെ ക്ഷേത്രത്തിൽ, ആളൊഴിഞ്ഞ സന്ധ്യയ്ക്ക് അവളും അവനും കണ്ടുമുട്ടുന്നു, വീണ്ടും. യുവമനസ്സുകളുടെ ഭാഷയും പെരുമാറ്റവും. ദൂരെ നിന്നും വീശിയടിച്ച തണുത്ത കാറ്റിന്റെ തെരുതെരെയുള്ള ചുംബനം മൗനത്തിലും ആഴത്തിൽ അവരെ പുണർന്നുകൊണ്ടിരുന്നു. . . പാമ്പുകൾക്ക് ആഹാരവുമായി വന്ന തെക്കതിലെ വയസൻ അവർക്ക് നേരെ തീവെട്ടി വെളിച്ചം കാണിച്ചു ചോദിച്ചു:

'ഇതാരാ ഈ അസമയത്ത്?'

അയാൾ നെഞ്ചത്ത് കൈവച്ച് നിലവിളിച്ചുപോയി;

'എന്റെ നാഗദേവാ'

തിണ്ണയിൽ മുഖമമർത്തിയിരുന്ന അവളിൽ നിന്ന് ഭർത്താവ് അവൾ എഴുതിക്കഴിഞ്ഞ കടലാസുകൾ പിടിച്ചുവാങ്ങുന്നു. അയാൾ ദേഷ്യത്തിൽ ആ കടലാസിലുള്ളത് ഉറക്കെ വായിച്ചു:

'എന്നോ മരിച്ചുപോയ എന്നെ ഓർമ്മകളിലൂടെ ജീവിപ്പിക്കുന്ന നിനക്ക്.'

അയാൾ ദേഷ്യത്തോടെ പറഞ്ഞു:

'പെഴച്ച പെണ്ണിനെ തലയിൽ കയറ്റിവച്ചതേ തെറ്റ്.'

ഈ കഥ ക്രൂരമായ ഒരു ജീവിതസത്യമാണ് അനാവരണം ചെയ്യുന്നത്. ഭാര്യയുടെ സർഗ്ഗാത്മകകഴിവിനെ അംഗീകരിക്കാൻ മനസ്സില്ലാത്ത ഭർത്താക്കന്മാർ. രസകരമെന്ന് പറയട്ടെ, ഇതേ തീം വച്ച് 2019 മാർച്ചിൽ ഞാൻ ഒരു ദീർഘമായ ഇംഗ്ലീഷ് കവിത എഴുതി - 'Wed lock, the Death lock' എന്ന കവിത. ഭർത്താക്കന്മാരുടെ ക്രൂരത നിമിത്തം തങ്ങളുടെ സർഗ്ഗാത്മക ശക്തി ഉപേക്ഷിക്കേണ്ടി വന്ന അഞ്ച് സഹോദരിമാരുടെ ദുരന്തകഥ. എനിക്ക് നേരിട്ടറിയാവുന്ന അഞ്ചുപേരുടെയും യഥാർത്ഥപേരുകൾ പറഞ്ഞിട്ടില്ല. എം.കെ റൈറ്റേഴ്സ് ഫോറത്തിന്റെ നൂറ്റിയെട്ടാമത് പ്രതിമാസ സമ്മേളനത്തിൽ - 2019 മാർച്ച് 24 ന് അവതരിപ്പിച്ച കവിത.

ഇനി 'നിലാവിനെ പ്രണയിച്ച പെൺകൊടി' എന്ന കഥ എടുക്കാം. നിലാവും നിലാവിനെ പ്രണയിച്ച ഒരു പെൺകൊടിയുടെയും കഥ. അവർ തമ്മിലുള്ള സംഭാഷണവും ഒത്തുചേരലും. തുടക്കത്തിൽ നിലാവ് പറയുന്നു:

'പെൺകൊടീ ഇത് ഞാനാണ് നിലാവ്. നീ എന്നെ പ്രണയിക്കുന്നു വെന്ന് ഞാൻ അറിഞ്ഞു. എന്താണ് എന്റെ പെണ്ണേ നിനക്ക്. ഞാനാകെ അന്ധാളിച്ചിരിപ്പാണ്. കേക്കട്ടെ, പറയ് നീ എന്തിനാണ് ഈ നിലാവിനെ പ്രണയിക്കുന്നത്? എനിക്ക് ഈ മാനത്തോടാണ് പ്രണയം. എനിക്കൊരിടം നൽകിയതിനാൽ. . .'

നിലാവിന്റെ ചോദ്യവും താങ്ങിയെത്തുന്ന ഇളംകാറ്റ് പെൺകൊടിയെ എടുത്തുകൊണ്ട് നിലാവിനടുത്തേക്കു പറക്കുന്നു. നിലാവിന്റെയടുത്തെത്തു മ്പോൾ മന്ദമാരുതൻ അവളെ ഇറക്കിനിറുത്തുന്നു. തുടർന്നുവരുന്നത് നിലാവും പെൺകൊടിയും തമ്മിലുള്ള സംഭാഷണമാണ്. പെൺകൊടിയുടെ അപ്പോഴത്തെ ഭാവം നീതു ഇങ്ങനെ വിവരിക്കുന്നു:

'പെൺകൊടി അധരങ്ങൾകൊണ്ട് പൊതിഞ്ഞ പുഞ്ചിരിയോടെ നിലാവിനെ നോക്കി. അവൾ കീഴ്ച്ചുണ്ട് കടിച്ചുപിടിച്ച് കണ്ണിമകൾ കൊണ്ട് താളം പിടിച്ച് കഥ പറയാൻ തുടങ്ങി.' അവളുടെ വാക്കുകൾ കേൾക്കുക:

'നിലാവേ, നിലാവിനെ പ്രണയിക്കുന്ന ഒരു പെൺകൊടിയാണ് ഞാൻ. വെറും ഒരു ആരാധനയല്ലിത്. നീയെല്ലാവരെയും സ്നേഹിക്കുന്നു. ഞാൻ നിന്നെ മാത്രം പ്രണയിക്കുന്നു...'

ശൂന്യാകാശത്തിൽ തല ചായ്ക്കുന്നവനായ താൻ അവളെ എങ്ങനെ സ്നേഹിക്കുമെന്ന നിലാവിന്റെ ചോദ്യത്തിനും അവൾക്ക് മറുപടിയുണ്ട്:

'ഈ നിലാവിന്റെ അപൂർവ്വവെളിച്ചത്തിൽ വിരചിതമാകുന്ന കാന്തിക വലയത്തിൽ ഞാൻ ശയിച്ചുകൊള്ളാം.'

കാന്തികവലയത്തിൽ അവളെ സംരക്ഷിച്ചുകൊള്ളാമെന്നും അവൾക്കു വേണ്ടി മാത്രം അവിടം ശൂന്യമാക്കി ഇടാമെന്നും അവിടെ എപ്പോൾ വേണ മെങ്കിലും അവൾക്ക് അധികാരത്തോടെ കടന്നുവരാമെന്നും നിലാവ് വാക്കു നൽകിയതോടെ മന്ദമാരുതൻ അവളെ താങ്ങിയെടുത്ത് ഭൂമിയിലെത്തിച്ചു.

മനോഹരമായ ഒരു കവിതയുടെ ഭാവവും രൂപഭംഗിയുമുണ്ട് ഈ കഥയ്ക്ക്. നിലാവുമായി പ്രണയത്തിലാവുന്ന പെൺകൊടിയെ സങ്കല്പി ച്ചെടുത്ത നീതു യു.വി. നമ്മുടെ ആരാധനകലർന്ന അംഗീകാരം നേടുന്നു. ശരിക്കു പറഞ്ഞാൽ ആ പെൺകൊടിയിൽ കഥാകൃത്തായ നീതുവിന്റെ ആത്മാവ് ത്രസിക്കുന്നുണ്ട് നിരന്തരം.

അതുപോലെ വായനക്കാരായ നമ്മെ ഞെട്ടിപ്പിക്കുകയും അത്ഭുതാധീനരാക്കുകയും ചെയ്യുന്നതാണ് വിചിത്രസ്വഭാവക്കാരനായ ഒരു ചിത്രകാരന്റെ കഥയായ മഗ്ദലീന. നിരന്തരം വോഡ്ക കുടിക്കുന്ന ആ ചിത്രകാരൻ ആദ്യം വരയ്ക്കുന്നതും സകലരുടെയും പ്രശംസയ്ക്കു പാത്രമാവുന്നതും സ്വന്തം അമ്മയുടെ മുഴുത്ത ശരീരത്തിന്റെ നഗ്നചിത്രം വരയ്ക്കുന്നതോടുകൂടിയാണ്. കഥ തുടങ്ങുന്നത് ചിത്രകാരനും അയാളുടെ മോഡലായി എത്തിയ യുവതിയും തമ്മിലുള്ള സംഭാഷണത്തോടുകൂടിയാണ്. മോഡലായി ചിത്രകാരന്റെ മുമ്പിൽ നഗ്നയായി മലർന്നു കിടന്ന അവൾ കുലുങ്ങി എണീറ്റ് അയാളോടു ചോദിച്ചു:

'ഈ കാണുന്ന കഴുത്തോളം പോന്ന ചിത്രം വരയ്ക്കാനാണോ നിനക്കു മുന്നിൽ ഉടുതുണിയില്ലാതെ ഞാൻ...'

തന്റെ മുഖം ചിത്രത്തിൽ വരാത്തതിലാണ് മോഡലിന് ദേഷ്യം. ഏതുചിത്രം വരച്ചാലും - ഏതുമാദകസുന്ദരി മോഡലായാലും - ആ ചിത്രത്തിന്റെ മുഖം വരയ്ക്കാൻ ചിത്രകാരൻ മടിക്കുന്നു. അയാൾ അതിനു തയ്യാറാവാത്തത് ആ മുഖം തന്റെ സ്വന്തം അമ്മയുടേതായിപ്പോകുമെന്ന ഭയം കൊണ്ടല്ലേ? ചിത്രകാരന്റെ ലക്കുകെട്ട വികാരങ്ങൾ അയാളുടെ മുറി നിറച്ചുള്ള ചിത്രങ്ങളിലെ കഥാപാത്രങ്ങളും പങ്കുവയ്ക്കുന്നു. അയാളുടെ ചിത്രങ്ങൾ അത്ഭുതത്തോടെ കണ്ടുനിന്നവരുടെ കമന്റുകൾ കേൾക്കുക:

'ആ മാന്യൻ ഒരു ചിത്രകാരനാണ്. വരച്ചു തുടങ്ങുന്നതോ ഉറങ്ങിക്കിടക്കുന്ന തള്ളയുടെ.'

ചിത്രകാരന്റെ മഗ്ദലീന എന്ന ചിത്രം ലോകപ്രശസ്തി നേടുന്നു. ആ ചിത്രം വിലയ്ക്കു വാങ്ങുന്ന ഒരാൾ ചിത്രകാരന്റെ ചെവിയിൽ ചോദിച്ചു:

'ചിത്രമാതൃകയെ ഒരു രാത്രി എനിക്ക് തരപ്പെടുത്താൻ എന്താണ് ഞാൻ നിനക്കു തരേണ്ടത്?'

ഉത്തരം മുട്ടി നിന്ന ചിത്രകാരനോട് അയാളുടെ അടുത്ത ചോദ്യം

'അല്ല ആരാണ് ഈ മഗ്ദലീന?'

അയാൾ കാഴ്ച നഷ്ടപ്പെട്ടവനെപ്പോലെ നിന്ന ശേഷം പറഞ്ഞു:

'ഇത് എന്റെ സങ്കല്പത്തിലെ വർണ്ണനയാണ് വെറും സങ്കല്പം.'

മുഴുനഗ്നയായ അമ്മയുടെ ചിത്രമാണ് താൻ വരച്ച 'മഗ്ദലീന' എന്ന് അയാൾക്ക് തുറന്നുപറയാൻ വയ്യാത്ത അവസ്ഥ.

സ്ത്രീ-പുരുഷ ബന്ധങ്ങളെ കുസലന്യേ വർണ്ണിക്കാനുള്ള നീതുവിന്റെ സൃഷ്ടികളിൽ ഒറ്റപ്പെട്ടു നിൽക്കുന്ന തികച്ചും അസാധാരണവും വായനക്കാരെ ഞെട്ടിപ്പിക്കുന്നതുമായ 'മഗ്ദലീന'യിലെ മാതൃ-പുത്ര ബന്ധം.

'മഗ്ദലീന' എന്ന പേര് മനസ്സിൽ മുഴങ്ങിക്കേട്ട ഒരവസരം ചിത്രകാരൻ പൊട്ടിക്കരഞ്ഞുകൊണ്ട് ഉച്ചത്തിൽ പറഞ്ഞു: 'അമ്മേ, മാപ്പ്.' ഒരിക്കൽക്കൂടി ഒരു ഭ്രൂണമായി അതേ അമ്മയുടെ മകനായി പിറന്നിരുന്നെങ്കിൽ, ആയാൾ ആഗ്രഹിച്ചുപോയി. നീതു ഇവിടെ എഴുതുന്നു: 'മുറിയിലെ പെൺചിത്രങ്ങൾ തണുത്ത കാറ്റിനു വേണ്ടി കൊതിച്ചു'. ചിത്രകാരന്റെ നിഗൂഢചിന്തകൾ കൂടുതൽ സ്പഷ്ടമാക്കുന്നു.

'ഉറക്കഗുളിക കഴിച്ച് മയങ്ങാൻ കിടക്കുന്ന അമ്മയെ ഒരു മകന്റെ കണ്ണിലൂടെ നോക്കിക്കാണാൻ തനിക്കായില്ല. അതിനൊക്കെ ഒടുവിൽ ശാരീരിക അസ്വാസ്ഥ്യതകളോടെ അമ്മ മരണപ്പെട്ടപ്പോഴാണ് താൻ അറിഞ്ഞത് അമ്മ ഗർഭിണിയായിരുന്നെന്ന്. അതിനും എത്രയോ ശേഷമാണ് ആ പാവം ആത്മഹത്യ ചെയ്തതാണെന്ന സത്യം താൻ തിരിച്ചറിയുന്നതും.'

കഥ അവസാനിക്കുന്നത് തികച്ചും 'ഫാന്റസി' യുടെ നിലവാരത്തിലാണ്. 'എന്റെ അമ്മ' എന്ന് ചിത്രകാരന്റെ മനസ്സ് മന്ത്രിക്കുമ്പോൾ ആ ചിത്രം ചട്ടക്കൂട്ടിൽ നിന്ന് ഇറങ്ങി വന്ന് ആൾക്കൂട്ടത്തിനു നടുവിലൂടെ നടന്നുനീങ്ങുന്നത് ചിത്രകാരൻ കണ്ടു. അവർ അങ്ങകലെ നീങ്ങിക്കഴിഞ്ഞപ്പോൾ ചുറ്റും നിന്നുയർന്ന ചോദ്യം:

'മാന്യ ചിത്രകാരാ. മഗ്ദലീനയെ എവിടെക്കൊണ്ട് ഒളിപ്പിച്ചു?'

അട്ടഹാസങ്ങളുടെ നടുവിലൂടെ അയാളും അവിടെ ഒഴുകി നടന്നു. നിർജ്ജനമായി തുടങ്ങിയ പരിസരം വീക്ഷിച്ചു നീങ്ങിയ അയാൾ അങ്ങകലെ ഒരു പൊട്ടായിമാഞ്ഞു പോകുന്ന നഗ്നതയെ നോക്കി പറഞ്ഞു: 'മഗ്ദലീന' ചുറ്റുപാടും അതാവർത്തിച്ചു: 'മഗ്ദലീന.'

വീട്ടമ്മയും എഴുത്തുകാരിയും എന്ന കഥ നടക്കുന്ന ദിവസമായി നീതു.യു.വി രേഖപ്പെടുത്തുന്നത് 2019 ഏപ്രിൽ 8-ാം തീയതി. അന്നുരാത്രി പത്തു-പതിനൊന്ന് മണിക്ക് തിരുവനന്തപുരത്തെ ഒരു പ്രസിദ്ധ ആശുപത്രിയിൽ പ്രസവാനന്തരം ഒരമ്മ മരിച്ച സംഭവം. മുലപ്പാൽ കിട്ടാതെ കരഞ്ഞ കുഞ്ഞിന്റെ കരച്ചിൽ കണ്ടുനിന്നവരുടെ ഹൃദയമിടിപ്പായി. ഒടുവിൽ അമ്മയെ ആംബുലൻസിൽ കയറ്റികഴിഞ്ഞപ്പോൾ ആശുപത്രി മുറിയിൽ കുഞ്ഞിന്റെ അടുത്ത് നിന്ന സ്ത്രീയെ കഥാകാരി ശ്രദ്ധിച്ചു. ആ സ്ത്രീ കരയുന്നുണ്ടായിരുന്നില്ല. കണ്ണുകൾ കൂർപ്പിച്ച് കുഞ്ഞിനെത്തന്നെ നോക്കിയങ്ങനെ നിന്ന ആ സ്ത്രീ ഒടുവിൽ കുഞ്ഞിന്റെ നെറ്റിയിൽ ചുണ്ടുരുമ്മി. വിറയാർന്ന ആ ചുണ്ടുകൾ കുഞ്ഞിനോട് സ്വാകാര്യമായി എന്തോ മന്ത്രിച്ചു. ബാഗിൽ നിന്നെടുത്ത കടലാസിൽ ആ സ്ത്രീ എന്തോ കുറിക്കുന്നതും ആളുകൾ കണ്ടു. കഥാകാരി ആശുപത്രി വരാന്തയിൽ കയറി നിന്നു. നേരത്തെ കണ്ട സ്ത്രീ

അങ്ങോട്ടുമിങ്ങോട്ടും ഓടിനടക്കുന്നു. അവരോട് സംസാരിക്കാൻ ആഗ്രഹിച്ചു കഥാകാരി. കുറേകഴിഞ്ഞ് അവരുടെ മുമ്പിൽ നിന്നു കഥാകാരി അവരുടെ ശ്രദ്ധപിടിച്ചുപറ്റി. പരസ്പരം നിശ്ശബ്ദം കുറേ നേരം നോക്കി നിന്നു അവർ. കഥാകാരി അവരെ 'അമ്മ' യെന്നു വിളിച്ചു സംസാരിച്ചു. അവൾ ചോദിച്ചു:

'അമ്മേ, ദാഹിക്കുന്നുണ്ടോ? '

അവർ പറഞ്ഞു: 'വെള്ളം! '

കൈയിലിരുന്ന ബോട്ടിലിലെ വെള്ളം കഥാകാരി അവർക്കു നൽകി. ഇരുവരും അടുത്തടുത്തിരുന്നു. വീണ്ടും നിശ്ശബ്ദനിമിഷങ്ങൾ. കുറേക്കഴിഞ്ഞ് അവർ കഥാകാരിയോട് അടക്കം പറഞ്ഞു:

'കൊച്ചേ മരിച്ചത് എന്റെ മോളാണ്. ന്റെ പേരക്കുട്ടിയാണ് അമ്മയില്ലാതെ ഇവിടെ'

അവർ പിന്നീട് പറഞ്ഞു:

'നല്ലപ്രായത്തിൽ കരഞ്ഞു കരഞ്ഞു ജീവിതം തീർക്കരുതായിരുന്നു. അല്ലെങ്കിൽ പിന്നെ മകളുടെ ചിത കത്തിയെരിയുമ്പോൾ അമ്മ എന്ന പെണ്ണിനു കരയാൻ കണ്ണീരില്ലെങ്കിൽ നാട്ടുകാർ എന്തു പറയും?'

അവർ കഥാകാരിയോട് ചോദിക്കുകയും ചെയ്തു:

'പെണ്ണേ, നീ കരയാറുണ്ടോ?'

തന്റെ സഞ്ചി തുറന്നു ആ സ്ത്രീ മൂന്നു ബുക്കുകൾ പുറത്തെടുത്തു. കഥാകാരി ആ ബുക്കുകളുടെ ചട്ടയിൽ കണ്ടു: 'ഞാനെന്ന വീട്ടമ്മയെ എഴുത്തുകാരിയാക്കിയ ഭാവതലം'. അവർ തുടർന്നു പറഞ്ഞു:

'ഇത് എന്റെയാണ്. എന്റെ കെട്ടുകഴിഞ്ഞപ്പോൾ എഴുതിയതാണ്. ഞാൻ വീട്ടമ്മയായപ്പോൾ എഴുതിയതാണ്. . .'

പിറ്റേന്ന് കഥാകാരി ആ സ്ത്രീയെ തിരഞ്ഞു. കുഞ്ഞിന്റെയടുത്ത് മറ്റൊരു സ്ത്രീയാണ് കൂട്ടിരുന്നത്. അവരോട് കഥാകാരി കുഞ്ഞിന്റെ അമ്മൂമ്മയെപ്പറ്റി ചോദിച്ചു. അവർ അങ്ങനെ ഒരു സ്ത്രീയെ അറിയില്ലെന്നു വ്യക്തമാക്കി. നീതു കഥ അവസാനിപ്പിക്കുന്നത് ഇങ്ങനെ:

'ഞാനല്ലാതെ മറ്റാരും കാണാത്ത ആ അമ്മ എവിടെയാണ് പെട്ടെന്ന് മറഞ്ഞുപോയത്? അവർ ഞാനൾപ്പെടുന്ന എല്ലാ പെണ്ണുങ്ങൾക്കും തന്നോടൊപ്പമുള്ള കേവലമൊരു വിഭ്രമം മാത്രമാണോ? '

നീതു യു.വി.യുടെ എല്ലാകഥകളെയും കുറിച്ച് ഇവ്വിധം പറയാനുണ്ട് ഏറെ. സ്ഥലപരിമിതി മൂലം ഞാൻ അതിനു മുതിരുന്നില്ല. നീതുവിന്റെ ഭാഷാ പ്രയോഗവും ഏറെ വ്യത്യസ്തവും, കാവ്യസുരഭിലവും. അതെപറ്റിയും പറയാനുണ്ട് ഏറെ.

നീതു യു.വി.യോട് എനിക്ക് എഴുത്തുകാരൻ എന്ന നിലയിൽ തന്നെ പല സാധർമ്യങ്ങളുമുണ്ടെന്ന തോന്നുന്നു. ആ അനിയത്തിയോട് എനിക്ക് അപൂർവ്വമായ മമതതോന്നാൻ മറ്റു രണ്ടു കാരണങ്ങൾ കൂടിയുണ്ട്. ഒന്ന്, എൺപത്തിയാറ് വർഷം മുൻപ് ഞാൻ ജനിച്ചു വളർന്ന വെങ്ങാനൂർ ദേശക്കാരിയാണ് നീതുവും. രണ്ടാമത്തെ കാരണം, നീതു കറുമ്പിയാണെന്നതാണ്. മിക്ക എഴുത്തുകാരും സുന്ദരിയും നിറഭംഗിയുമുള്ള കഥാനായികമാരെ സൃഷ്ടിക്കുമ്പോൾ ഞാൻ സൃഷ്ടിച്ച പല പ്രമുഖ കഥാപാത്രങ്ങളും തനികറുമ്പികളാണ്. സെക്രട്ടറിയേറ്റിലെ ഒരു സഹപ്രവർത്തക എന്റെ നോവലുകളും കഥകളും വായിച്ചിട്ട് പുഞ്ചിരിയോടെ പറഞ്ഞു: സാറിന് കറുമ്പികളെയാണല്ലോ കൂടുതലിഷ്ടം.. അപ്പോൾ ഞാൻ രക്ഷപ്പെട്ടു!

കഥകളവസാനിച്ച പതിനാലാം ദിവസം
സൂര്യൻ ഇരുട്ടിന്റെ പാനപാത്രം വച്ചുനീട്ടി.
അതിലൊരു മനുഷ്യദേഹത്തിന്റെ
നിഴൽ കലർന്ന പാനീയമുണ്ടായിരുന്നു.
കണ്ണുനീരുപ്പും ഹൃദയത്തിന്റെ രക്തരുചിയും
സ്നേഹത്തിന്റെ മധുരവും അതിൽ കലർന്നിരുന്നു.
നിഴലിനുമേൽ നുരഞ്ഞുപൊന്തിയ നക്ഷത്രങ്ങളെ
സൂര്യൻ കഥയെന്നു പേരുചൊല്ലി വിളിച്ചു.
ഞാനതിനെയപ്പോഴും അക്ഷരമെന്ന്
തിരുത്തിവായിച്ചു. അക്ഷരങ്ങൾ സൂര്യനോളം
പ്രകാശിക്കുന്ന നിലാവായി.
നിഴലും നിലാവും ഒന്നിച്ചുചേരുമ്പോൾ
അത് ജീവിതമാകുന്നെന്ന് തിരിച്ചറിഞ്ഞു.
ദൈവമപ്പോൾ ഇരവുപകലുകൾ
ഒന്നിക്കുന്ന സന്ധ്യയെ മനുഷ്യനെന്ന
ഒറ്റവാക്കിൽ ചുരുക്കിക്കൊണ്ട്
നിശ്ശബ്ദനായിരുന്നു.

- നീതു യു. വി.